சொல்லாததையும் செய்

டாக்டர் **சோம. வள்ளியப்பன்**

பங்குச்சந்தை வர்த்தகம், பொருளாதாரம், உணர்வு மேலாண்மை, சுயமுன்னேற்றம், நிர்வாகவியல், மனித வள மேம்பாடு, நிதி நிர்வாகம் உள்ளிட்ட துறைகளில் பல புகழ்பெற்ற நூல்களை எழுதியவர். துறைகள் சார்ந்த செழிப்பான அனுபவமும் நிபுணத்துவமும் கொண்டிருக்கும் இவர் தொலைக்காட்சி மற்றும் பத்திரிகைத்துறை ஊடகங்களில் தொடர்ந்து இயங்கிவருகிறார். Emotional Intelligence-ல் ஆய்வுசெய்து சென்னை பல்கலைக்கழகத்தில் PhD. பட்டம் பெற்றவர். சொற்பொழிவுகள் மற்றும் பயிற்சி வகுப்புகள் மூலம் பல ஆயிரக் கணக்கான மக்களுடன் தொடர்ந்து உரையாடி வருபவர்.

சொல்லாததையும் செய்

சோம. வள்ளியப்பன்

கிழக்கு

சொல்லாததையும் செய்
Sollathathaiyum Sei

Soma. Valliappan ©

Kizhakku First Edition: December 2022

144 Pages
Printed in India.

ISBN : 978-93-90958-74-0
Kizhakku - 1280

Kizhakku Pathippagam
177/103, First Floor, Ambal's Building, Lloyds Road,
Royapettah, Chennai - 600 014. Ph: +91-44-4200-9603
Email : support@nhm.in Website : www.nhm.in

kizhakkupathippagam kizhakku_nhm

Author's Email: writersomavalliappan@gmail.com
Author's Website : www.writersomavalliappan.in
www.facebook.com/Soma Valliappan
www.youtube.com/Soma Valliappan

Kizhakku Pathippagam is an imprint of New Horizon Media Private Limited

<u>சமர்ப்பணம்</u>

தேடிச் சோறு நிதம் தின்று - பல
சின்னஞ் சிறு கதைகள் பேசி - மனம்
வாடித் துன்பம் மிக உழன்று - பிறர்
வாடப் பல செயல்கள் செய்து - நரை
கூடிக் கிழப்பருவம் எய்தி - கொடுங்
கூற்றுக்கு இரை எனப் பின் மாயும் - பல
வேடிக்கை மனிதரை போலே - நான்
வீழ்வேன் என்று நினைத் தாயோ?

- பாரதியார்

உள்ளே

1

தொப்பிகளைக் கழற்றிவிட்டு...

2007ம் ஆண்டு அப்போது நான் பணியாற்றிக் கொண்டிருந்த நிறுவனத்தில் இருந்து மனிதவள மேம்பாட்டுப் பயிற்சி ஒன்றுக்கு அனுப்பியிருந்தார்கள். சென்னையில் இருந்து அதற்காக நான் பெங்களூர் போனேன். Managing & Leading the Changes என்ற அந்த பயிற்சிப்பட்டறை இரண்டு நாட்கள் நடந்தது.

பல்வேறு நிறுவனங்களில் இருந்தும் வந்திருந்த மேலதிகாரிகள், மேலாளர்கள், பொறியாளர்கள் பலர் அதில் கலந்து கொண்டார்கள். கலந்துகொண்ட நாங்கள் அனைவரும் ஐந்து ஐந்து நபர்களாக தனித்தனி வட்ட வடிவ மேசைகளில் அமரவைக்கப்பட்டோம்.

பயிற்சி கொடுத்தவர், எங்களை முழு ஈடுபாட்டுடன் கலந்து கொள்ள வைப்பதற்காக பல்வேறு உத்திகளைக் கையாண்டார். அவற்றில் ஒன்று, அவ்வப்போது சில கேள்விகள் கேட்பது. அந்த கேள்விகளுக்குச் சரியான பதில் சொல்பவர்களுக்குச் சிறு பரிசுகள் கொடுப்பது.

நானும் ஒரு பயிற்சியாளன் என்பதால் என்னால் சுலபமாக முதலில் கேட்கப்பட்ட சில கேள்விகளுக்குப் பதில் சொல்ல முடிந்தது.

உடனே பரிசுகளும் கிடைத்தது. ஒன்று, இரண்டு, மூன்று என்று தொடர்ந்து எனக்கே பரிசுகள் கிடைக்க, எனக்குள் என்னை அறியாமல் ஓர் எண்ணம்; 'அட! எனக்குத்தான் எவ்வளவு விஷயம் தெரிந்திருக்கிறது!' என்று தோன்றியது.

அதன் பின் முன்மதிய தேநீர் இடைவேளை. சொல்லி வைத்தார்போல, ஓரிருவர், 'டக் டக்கென்று பதில் சொல்லுகிறீர்களே!' என்று கேட்கவும் செய்தார்கள். என் சிந்தனை சற்று மாறியது. 'எல்லாம் எனக்குத் தெரிந்ததுதான்' என்கிற எண்ணம் மேலும் வலுவானது.

அதன் பின் அன்றைய தினம் முழுமையும் அந்தப் பயிற்றுனர் பலவற்றையும் சொன்னார். செய்தும் காட்டினார். எல்லாம் மற்றவர்களுக்காக. நான் சாட்சியாக உட்கார்ந்திருந்தேன். தொடர்ந்து மனதிற்குள் எனக்கு எவ்வளவு தெரியும் என்று ஒப்பிட்டுப் பார்த்துக்கொண்டிருந்தேன்.

இரண்டாம் நாள், பயிற்சி முடிந்தது. எல்லோரும் சொல்லிக் கொண்டு கிளம்பினோம். வருகிற வழியில் திடீரென எனக்குள் ஓர் எண்ணம், மின்னல்போல ஒரு கணம் தோன்றிச் சட்டென மறைந்தது. வித்தியாசமாக இருந்ததால், வலியத் தேடி அந்த எண்ணத்தினை மனதிற்குள்ளிருந்து வெளியே இழுத்தேன். கவனித்தேன்.

'என்ன வள்ளியப்பா, எதற்காக இந்த இரண்டுநாள் பயிற்சி? ஏன் இந்தப் பயணம்? விடுதியில் தங்கல், பயிற்சிக் கட்டணம், இரண்டு பகல் நாள் முழுநேர கழிப்பு? உனக்கு என்ன தெரியும் என்பதை ஒப்பிட்டுப் பார்த்துக்கொள்ளவா? அதற்கா இவ்வளவு பாடும், செலவழிப்பும்!'

கேள்வி கேட்ட அதே மனதே பதிலும் சொல்லியது.

'இல்லை. புதிதாகத் தெரிந்துகொள்ளவே வந்தேன்'

'தெரிந்துகொண்டாயா?'

'இல்லை'

'ஏன்?'

'..........'

‘உண்மையாகவே அந்தப் பயிற்சிப்பட்டறையில் உனக்குத் தெரியாதது ஏதும் சொல்லப்படவில்லையா?’

‘.........’

நினைத்துப் பார்த்தபோது எவர் தெரிந்துகொள்ளவும் அந்தப் பயிற்சியில் எவ்வளவோ இருந்தது. அப்படித்தான் பலரும் இறுதியில் (பீட்பேக் செஷனில்) சொன்னார்கள். ஆனால் நான் மட்டும் ஏன் ஏதும் பெற்றுக்கொள்ளாமல் வெறும் கையுடன் திரும்பிக்கொண்டிருந்தேன். எவ்வளவு பெரிய இழப்பு? மீண்டும் அப்படி ஒரு வாய்ப்பினைப் பெறுவது எப்போது? அதற்காகவே கிளம்பிச் சென்றும், அருகில் இருந்தும், எனக்கும் வழங்கப்பட்டும், நான் ஏன் விட்டுவிட்டு வந்தேன்?

ஒரே ஒரு காரணம்தான். அது, நான் அப்போது தொப்பி அணிந்திருந்ததுதான். ‘என்னது! தொப்பி அணிந்திருந்தது ஒரு காரணமா?’ என்று ஆச்சரியமாக இருக்கலாம். நான் குறிப்பிடும் தொப்பி என்பது என்னுடைய ‘எனக்கு ஏற்கெனவே தெரியும்’ என்கிற எண்ணத்தைத்தான். அதை நான் அணிந்திருந்ததால்தான் என்னால் அங்கே கொடுக்கப்பட்டவைகளை இறக்கிக்கொள்ள முடியவில்லை. அந்த ‘எனக்கு எல்லாம் தெரியும்’ என்கிற எண்ணமானது நான் பயிற்சிப்பட்டறையில் பெற்றுக் கொள்வதைத் தடுத்துவிட்டது.

குளிர்சாதனப் பெட்டிகளின் வெளியில் இருக்கும் பில்டர்களை மாதம் ஒருமுறையேனும் சுத்தம் செய்யவேண்டும் என்று நிறுவனத்தினர் அறிவுறுத்தியிருப்பார்கள். காரணம், அதில் தூசுகள் போய் உட்கார்ந்துவிடும். பில்ட்டரின் நுண்ணிய வலை போன்ற துவாரங்களை அடைத்துக்கொண்டுவிடும். அதன்பின், அதன் வழியாக வரவேண்டிய காற்று வரமுடியாமல் தடுக்கப்படும்.

எல்லாம் எனக்குத் தெரியும் என்கிற எண்ணம் நம் சிந்தனையை அடைத்துக் கொள்ளுவதைப்போல, ஏற்கெனவே தெரிந்ததுதான் என்கிற எண்ணமும் கற்றலைக் கெடுக்கும்தான்.

குழந்தைக்குச் சோறு ஊட்டும் தாய்மார்களைப் பார்த்திருக்கலாம். சில குழந்தைகள் ஒன்றிரண்டு மணிநேரங்கள் கூட அம்மாவைப் போராட வைக்கும். வேண்டாம் என்று சொல்லும், வாயைத் திறக்காது அடம் பிடிக்கும். வலிய வெளியேற்றக்கூடச் செய்யும். ஆனாலும் விடாமல் தாய் அக்குழந்தைக்குச் சோறு ஊட்டத்தான்

செய்வாள். அதனால் அவள் கைகளில் சோற்றுப்பசை காய்ந்து போகும். அவ்வளவு நேரமும் சோற்றுடனே இருப்பதால் அவளுக்குப் பசியே போய்விடும். காரணம் மூக்கு முகர்ந்து விட்டது. வாசம் உள்ளே போய் விட்டது. அதிக நேரம் சோற்றுடனே இருந்ததால் சாப்பாடு திகட்டவே செய்யும் அளவு மேலோட்டமான பரிச்சயம் ஆகிவிட்டது. பின்னர் அவள் இலையில் அமர்ந்து முழு பசியோடு சாப்பிடுவதுபோல சாப்பிட முடியாமல் போய்விடும்.

இதற்கு இன்னொரு உதாரணமும் சொல்லலாம். தடபுடலாக கல்யாணச் சமையல் நடக்கும். அவியல், பிரட்டல், பொரியல், மசியல் கூட்டு, கறி, வதக்கல், ரசம், வத்தக்குழம்பு என்று ஏகப்பட்டவைகளைச் செய்யும் சமையல்காரர்களில் பலர், சமையல் முடித்த பின்னர், சாப்பிடுவது மோரோடு அல்லது ரசத்தோடு கரைத்த வெறும் சாதத்தைத்தான்.

காரணம், சமையல் செய்யும்போதே பலவற்றையும் பார்த்துப் பார்த்து, அவற்றின் வாசனை மூக்கில் ஏறி, சாப்பாட்டின்மீது அவருக்கு ஒரு சலிப்பு வந்துவிடும். ஆக, அவரால் சாப்பிட முடியாததற்குக் காரணம், அவர் ஏற்கெனவே முழுமையாகச் சாப்பிட்டது அல்ல. நாம் முன்பு பார்த்த சோறு ஊட்டும் தாயைப் போலவே, சாப்பாட்டுடன் சற்று அதிகமான நேரம் இருந்ததுதான்.

இதேதான் விஷய ஞானத்திலும் நேர்கிறது. அனைத்தையும் முழுதாக தெரிந்துகொண்டதால் இல்லை; இப்படிப்பட்டவை என்று மேலோட்டமாகத் தெரிந்துகொண்டவுடனேயே அதையே பலரும் குறிப்பிடக் கேட்டதாலேயே, சில இடங்களில் கேள்விப்பட்ட தாலேயே அதை முழுமையாகத் தெரிந்து கொண்டு விட்டதைப் போன்ற எண்ணம் தோன்றிவிடுகிறது. மேலும் தெரிந்துகொள்ள அதில் ஏதும் இல்லை என்பது போன்ற நினைப்பு வந்துவிடுகிறது. இம்மாதிரி எண்ணம்தான் அந்தப் பயிற்சி வகுப்பில் எனக்கு நேர்ந்ததும்கூட. அந்த நினைப்பானது குளிர்சாதனப் பெட்டியின் ஃபில்டர்களில் அடைத்துக் கொள்ளும் தூசுகளைப்போல என் உள்வாங்கும் மனதின் துவாரங்களில் போய் அடைத்துக்கொண்டு விட்டது.

அதன் பின்தான் நான், 'அவசரப்படாதே மனதே. எல்லாம் தெரிந்தது போல இருந்தாலும் அமைதியாகப் பொறுமையாகக் கேள். புதிதாக என்ன இருக்கிறது என்று பார். ஊன்றிக் கவனி!' என்று என் மனதுக்கு அழுத்தமாகக் கட்டளையிட்டேன்.

எல்லாம் எனக்குத் தெரியும் என்கிற எண்ணம் நம் சிந்தனையை அடைத்துக் கொள்ளுவதைப்போல, ஏற்கெனவே தெரிந்ததுதான் என்கிற எண்ணமும் கற்றலைக் கெடுக்கும்.

அதன் பிறகு கூட்டமோ, எவருடைய பேச்சோ, பயிற்சி வகுப்போ, படிக்கிற புத்தகமோ எதுவானாலும் தெரிந்ததுபோல இருப்ப தாலேயே அதைப் புறம் தள்ளுவதில்லை. எனக்கு ஏற்கெனவே தெரியும் என்று மனக்கதவை மூடுவதில்லை.

எளிமையாகச் சொல்லுவதென்றால் எனக்குத் தெரிந்ததுதான் என்கிற எண்ணத்தை, அந்த 'தொப்பியை' கழற்றிவிட்டே உட்காருவது… கவனிப்பது… கேட்பது என்கிற முடிவிற்கு வந்தேன். அதன் பிறகு என்ன ஆச்சரியம்! நிறையவே கிடைத்தது. எதிர்பாராத இடங்களில் இருந்தெல்லாம் கிடைத்தது.

கற்றலுக்குத் திறந்த மனநிலை மிகவும் அவசியம். எதிர்ப்பின்றி, ஆவலுடன், நேர்மறை எதிர்பார்ப்புடன் கவனித்தால் நாம் எவ்வளவோ தெரிந்துகொள்ளலாம்.

'உங்களுக்குள் கற்றுக்கொள்ளும் மாணாக்கர் ஆயத்தமாக இருந்தால், எங்கிருந்தும் கற்றுத்தரவல்ல ஆசிரியர் தோன்றுவார்' என்கிறது ஓர் அனுபவ மேற்கோள்.

மாணாக்கர் ஆயத்தமாகி விட்டீர்களா?

தொப்பியைக் கழற்றிவிட்டு உட்காரலாமா?

➤➤➤

2

புதிய பார்வை

எனக்கு மிகவும் வேண்டிய ஒருவரின் புதுமனை புகு விழாவிற்குச் சென்றிருந்தேன். பெயர் சாமிநாதன். அவர் வயதில் என்னைவிடப் பெரியவர். அதிகம் படித்தவர். எதையும் முறையாகச் செய்பவர். நான் அவரை மதிப்பதுபோலவே அவரும் என் மீது மதிப்பு வைத்திருப்பவர்.

அவரது மருமகன் கட்டியிருந்த வீட்டிற்குத்தான் அன்று புதுமனை புகுவிழா. வெளியூரில் இருந்து கிளம்பிப் போயிருந்ததால், நான் விடிகாலை நேரத்திலேயே அந்த புதிய இல்லத்திற்குப் போய்விட்டேன். நான் போனபோது அங்கே சிலர்தான் இருந்தனர். மற்றவர்கள் எல்லோரும் பக்கத்தில் இருக்கும் கோவிலுக்குப் போயிருப்பதாகப் பணியாளர்கள் சொன்னார்கள். காத்திருந்தேன்.

சிறிது நேரம் சென்றது. பின்பு, தூரத்தில் மேளச் சத்தம் கேட்டது. நான் எழுந்து ஆயத்தமானேன். அவர்கள் சிறிய ஊர்வலம் போல வந்தார்கள். முன் வரிசையில் வீட்டின் சொந்தக்காரரான சுவாமிநாதன் அவர்களின் மருமகன். உடன் அவருடைய தந்தையார். இன்னும் சிலர். கூடவே திரு சாமிநாதனும். எல்லோரும் ஒன்றுபோலவே இளம்பச்சை நிறச் சட்டையும் வெள்ளை வேட்டியும் அணிந்திருந் தார்கள். அவர்கள் கைகளில் சுவாமி படங்கள் மற்றும் கல்லாப் பெட்டி. வீட்டிற்குள் வந்து சாமி அறையில் வைப்பதற்காக.

‘சாமிநாதன் அவர்கள் என்னைப் பார்த்தால் ஆச்சரியப்பட்டு போவார். நான் அவ்வளவு தூரம் கிளம்பி வருவேன் என்று அவர் நினைத்திருக்கமாட்டார். எனவே மகிழ்ச்சி அடைவதுடன், இருங்கள், சாப்பிடுங்கள் என்றெல்லாம் பதறுவார். பெரியவர் அவர். வயதானவர். பாவம், அதனால் அவர் கண்ணில் அதிகம் படக்கூடாது’ என்று நினைத்துக்கொண்டேன்.

அவர்கள் அனைவரும் வீட்டை நெருங்கிவர என்னைப் போலவே முன்னரே வந்து காத்திருந்த பலரும் இப்போது எழுந்து நின்று கொண்டார்கள். நாங்கள் எல்லோரும் வீட்டு வாசலை ஒட்டிப் போடப்பட்டிருந்த கொட்டகையின் கீழ் நின்றுகொண்டிருந்தோம். நான் சற்றுப் பின்னால் நகர்ந்து அதிகம் தெரியாதபடி நின்று கொண்டேன்.

அவர்கள் வீட்டை நெருங்கி வந்துவிட்டார்கள். மகள் வீட்டுக் கிரகப்பிரவேசத்தில் அப்பாவிற்குக் கூடுதல் பொறுப்பு உண்டு. சுவாமிநாதனும் அவர் குடும்பத்தாரும் தாய்வீட்டுச் சீதனமாக வெள்ளித்தட்டுகளில் எதையோ எடுத்துவருவது தெரிந்தது. நான் மேலும் சற்றுப் பின்னால் நகர்ந்து நின்றுகொண்டேன்.

அவர்கள் வந்தாயிற்று. மேளச் சத்தமும் நின்றது. விழாவுக்கு வந்திருந்தவர்களை எல்லாம் பார்த்து வாங்க வாங்க என்றார் வீட்டுக்காரர். அப்போது எனக்கு முன் நின்றவர் சற்று தள்ளிப்போக, திடீரென எதிர்பாராமல் திரு சாமிநாதன் அவர்கள் முன்பு நான் நின்றேன். இடைவெளி நான்கு அடிதான் இருக்கும். அப்போது அவர், அவர் மனைவியிடம் எதையோ சொல்லிக் கொண்டிருந்தார். விழா சம்பந்தமான சடங்கு சம்பிரதாயங்கள் குறித்த ஏதோ தகவல் அது. பேசியபடியே நான் இருந்த பக்கமும் திரும்பினார் சாமி நாதன். என்ன ஆச்சரியம்! ஆனாலும் அவர் என்னைப் பார்த்துப் புன்னகைக்கவோ பேசவோ இல்லை! நான் மேலும் சற்று நகர்ந்து முன்னே போயும்கூட அவர் என்னைக் கவனித்ததாகத் தெரிய வில்லை.

அதன் பின்பு வெகுநேரம் கழித்துத்தான், வீட்டின் உள்ளே சுற்றிப்பார்த்துக் கொண்டிருக்கையில் அவர் என்னைக் கவனித்தார். நான் எதிர்பார்த்ததைவிடக் கூடுதலான ஆச்சரியத்தையும் மகிழ்ச்சியையும் காட்டினார். அப்போதுதான் வந்தேனா என்று கேட்டார். சாப்பிடாமல் போகவே கூடாது என்றார். எனக்கு வியப்பாக இருந்தது. மனிதர் நம்மை சற்று முன்னால் பார்த்தாரே!

அப்போது கவனித்த மாதிரியே தெரியவில்லையே! ஏன் அப்படி? முன்பு எதனால் அவர் சுத்தமாக நம்மைக் கண்டுகொள்ளவே இல்லை! யோசித்தேன்.

சாமிநாதன் என்னை முன்பு பார்த்தது உண்மைதான். ஆனால் அப்போது அவர் கவனம் முழுமையும் வேறு ஒன்றில் இருந்தது. அது மருமகன் வீட்டு நிகழ்வு. அவருக்கு மிக முக்கியமான ஒரு விழா அது. அவர் பக்கமிருந்து அவர் செய்ய வேண்டியவைகளைத் தவறின்றிச் செய்துவிடவேண்டும். சரியான நேரத்தில் சிறப்பாகச் செய்துவிடவேண்டும். இதுவே அவர் மனதில் பல நாட்களாக ஓடிக்கொண்டிருக்க வேண்டும். அதைச் செய்யவேண்டிய நேரம் வந்தபோது அவரது மனம் முழுக்க முழுக்க அதை நோக்கியே இருந்திருக்கும் என்பதுதான் உண்மை.

பார்வை என்பது கண்கள் என்கிற வெளி உறுப்பு மட்டும் செய்கிற வேலையா என்ன? 'ரெக்கார்ட்' என்று ஒரு பொத்தான் இருக்கும். கேமராவைப் படம்பிடிக்க வேண்டிய பொருளுக்கு முன்னால் காட்டினால் போதுமா என்ன? ரெக்கார்ட் பொத்தானை அமுக்கவும் வேண்டுமல்லவா? இல்லாவிட்டால் பதிவாகுமா? சாமிநாதன் முன்பு என்னைப் பார்த்தார்தான். ஆனால் அது அவரது ரெக்கார்ட் பட்டன் அழுத்தப்படாத சமயம்.

பல சமயங்களில் நம் கண்கள் திறந்திருக்கும். ஆனால் யோசனை வேறு எங்கோ இருக்கும். முகத்திற்கு முன்னால், நண்பர்கள் பெரிதாகக் கையை ஆட்டுவார்கள். 'ஹலோ! ஹலோ! யோசனை எங்கேயிருக்கு!' என்று கேலி செய்வார்கள்.

எதிரில்தான் அருகில்தான் இருக்கிறோம். கண்கள் திறந்துதான் இருக்கின்றன. பார்க்கிறோம். ஆனால் பார்க்கவில்லை! சொல்வது காதில் விழுகிறது. ஆனால் கேட்கவில்லை! காரணம், மனதும் யோசனையும் வேறு எதிலோ அல்லது வேறு எங்கோ கவனமாக இருக்கிறது.

நம் கண்கள் பார்ப்பதையெல்லாம் மனது அப்படியே பதிவு செய்துகொள்வதில்லை. விழாக்களில் வீடியோ எடுப்பார்கள். தொலைக்காட்சி ஷுட்டிங்குகளிலும் அப்படித்தான். ஒரே சமயத்தில் பல்வேறு கேமராக்கள் நடப்பனவற்றைப் படம் பிடிக்கும். அவையெல்லாம் அங்கு ஓரத்தில் அமர்ந்திருக்கும் டெக்னீஷியன் முன்பிருக்கிற பல்வேறு மானிடர்களில் தனித் தனியாகத் தெரியும்.

நூறு ஆயிரம் வாய்ப்புகள்
இலைமறை காயாக, நம்மைச் சுற்றிலும்
தொங்கிக்கொண்டும் ஆடிக்கொண்டும்
இருக்கின்றன. பறிக்கவேண்டியது
மட்டுமே நம் வேலை!

அவை எல்லாவற்றையும் இயக்குனர் பதிவு செய்து திரையில் காட்ட அனுப்ப மாட்டார். தேர்ந்தெடுத்த சிலவற்றைத்தான் பன்ச் செய்து மிக்ஸருக்கு அனுப்புவார்.

அப்படித்தான் கண்கள் சிலவற்றைக் காண, காதுகள் சிலவற்றைக் கேட்க, இப்படி இன்னும் பலவும் ஒருசேர நிகழ்ந்தாலும்கூட, மனது எல்லாவற்றையும் உள்வாங்கி ரெக்கார்ட் செய்யாது. பன்ச் செய்துகொள்ளாது. அது, அந்த நேரத்தில் மிக முக்கியம் என்று எதைத் தேர்வு செய்திருக்கிறதோ அந்த ஒன்றை மட்டுமே கவனிக்கும். பதிவுசெய்துகொள்ளும்.

அமெரிக்காவில் பொருளாதாரப் பிரச்னை எழுந்தபோது பலருக்கும் வேலைகள் போகின்றன. ஐரோப்பாவில் சிக்கல். இந்தியாவிலும் அதனால் ஏற்றுமதி போன்றவற்றில் தொழில் வளர்ச்சிக் குறைகிறது. இப்படி வருகிற சில செய்திகள் மனதிற்குள் போனால், மனம் அவற்றைத்தான் மிக முக்கியமானதாகக் கருதும், அதைத்தான் கவனிக்கும். காரணம், அது வாழ்க்கைத் தொடர்பானது. வசதிகள், வாய்ப்புகள் சம்பந்தமானது. உணர்வு ரீதியாக பாதிக்கக்கூடியது. அதனால் மனது அதற்குத்தான் கூடுதல் முக்கியத்துவம் கொடுக்கும்.

ஒன்றை மனது தீவிரமாக நினைக்கிறபோது, மற்ற பலவும் அதன் கவனத்திற்கு வராமல் போய்விடுகின்றன. என்னைப் பெரியவர் சாமிநாதன் பார்த்தும் கவனிக்காமல் விட்டதுபோல. மிகச் சர்வசாதாரணமாக இப்படி நடக்கத்தான் செய்யும்.

உலகில் பலவும் நடக்கின்றன. ஆனால், மனது அது முக்கியம் என்று நினைக்கிற ஒன்றைப் பற்றியே அதிகம் கவனம் செலுத்தி மற்ற எல்லாவற்றையும் கவனிக்கத் தவறுகிறது. மனது கவனிக்காத தாலேயே நடப்பது இல்லை என்று ஆகிவிடுமா என்ன?

பார்வை என்பது வேறு, பார்ப்பது என்பது வேறு. நாம் அனைத்தையும் கவனிக்கத் தொடங்கவேண்டும். நம்மைச்சுற்றிலும் எப்போதுமே வாய்ப்புகள் கொட்டிக்கிடக்கின்றன. சிலர் கவனிக்கிறார்கள். பலர் கவனிப்பதில்லை. மனது வேறு எதனாலோ அழுத்தப்பட்டிருப்பதால் பார்வையில் படும் வாய்ப்புகள் எல்லாம் வாய்ப்புகள் என்றேகூட அடையாளம் தெரியாமல் போய் விடுகின்றன.

ஹாரி பாட்டர் எழுதிப் புகழ் பெற்ற எழுத்தாளர் ஜே.கே. ரவ்லிங். அவரது 'ஹாரிபாட்டர்' 40 கோடி புத்தகங்கள் விற்பனையாகி இருக்கிறது. 5,000 கோடி ரூபாய்களுக்கு அதிபதி அவர். ஆனால் ஜே.கே. ரவ்லிங் ஆரம்ப காலத்தில் பலப்பல பதிப்பகங்களுக்குச் சென்று, தான் எழுதிய புத்தகத்தைப் பதிப்பிக்குமாறு கேட்டு அலையாக அலைந்திருக்கிறார். அவர் சென்று சந்தித்த பல்வேறு பதிப்பங்களால் 'ஹாரி பாட்டர்' என்கிற புத்தகத்தின் மதிப்பினை உணரமுடியவில்லை. விற்காது என்று நிராகரித்தார்கள். ஓரிருவர் அல்ல. பலர்.

மார்க் சக்கர்பெர்ஃக் என்கிற இளைஞனின் வயது 30 க்கும் குறைவு. அவருடைய நிறுவனம்தான் பேஸ் புக். 80 கோடி பேர் பயன்படுத்துவதாகச் சொல்லப்படும் அந்நிறுவனம் பங்குச் சந்தைக்கு ஐ.பி.ஓ. மூலம் வந்தது. அதன் பிறகு அந்நிறுவனத்தின் சந்தை மதிப்பு 100 பில்லியன் டாலர்கள் ஆனது. இந்திய ரூபாய் கணக்கில் 5 லட்சம் கோடி. இன்போசிஸ், டி.சி.எஸ், ஹெச்.சி.எல். போன்ற பல இந்திய நிறுவனங்களின் மொத்த மார்க்கெட் கேப்பிடலைசேஷனை விடவும் கூடுதல்.

டெஸ்க் டாப் கம்ப்யூட்டர்கள் கொழிக்கும் என்று IBM என்ற மாபெரும் கம்ப்யூட்டர் நிறுவனத்தால் தொடக்கத்தில் கண்டு கொள்ள முடியவில்லை. ஆனால் இளைஞன் பில்கேட்சால் முடிந்தது. விரும்புவதைக் கொடுத்தால் விலைகள் பொருட்டல்ல என்று உணர்ந்துகொண்ட ஸ்டீவ் ஜாப்ஸ் கொடுத்த ஆப்பிள் கம்ப்யூட்டர்ஸ் நிறுவனம் சம்பாதித்திருப்பது லட்சக்கணக்கான கோடி டாலர்களை.

புத்தகம் எழுதி இவ்வளவு சம்பாதிக்க முடியுமா? பேஸ் புக் இவ்வளவு தூரம் பிரபலமாகுமா? வீட்டுக்கு ஆளுக்கு ஒரு கம்ப்யூட்டரா? இப்படியெல்லாம் வியந்துகொண்டே இருப்பவர்கள் பாவம்தான்! ஆனால் இப்படி அதிரடியாக யோசித்தவர்கள்தான்

வெற்றியாளர்கள் ஆகிறார்கள். இம்மாதிரியான வாய்ப்புகள் எல்லாம் இருக்கிறது என்பதை அதுவரை யாரும் உணர்ந்திருக்கவில்லை. அதனால் பலர் கண்களுக்கு அப்படிப்பட்ட வாய்ப்புகள் தெரியவே இல்லை. பில்கேட்ஸ், ரவ்லிங், ஸ்டீவ் ஜாப்ஸ், சக்கர்பெக்கர் போன்றவர்கள் கண்களுக்கு அந்த வாய்ப்புகள் பளிச்சென்று துல்லியமாகத் தெரிந்திருக்கின்றன. அவர்கள் கூர்ந்து பார்த்தார்கள்; உணர்ந்தார்கள்; செயல்பட்டார்கள்; ஜெயித்தார்கள்!

புதிய உலகத்தில் வெற்றிகள் குவிக்க, புதிய பார்வைகள் அவசியம். மிதித்துவிட்ட சகதிகளைப் பற்றிக் கவலைப்படாமல், மேல் விழுந்த காக்கை எச்சங்களைப் பொருட்படுத்தாமல், இம்மாதிரியான வற்றால் மனம் அழுத்தம் பெறாமல், இவையெல்லாம் ஒன்றுமேயில்லை என்பதுபோல அகற்றிவிட்டு, புதியன பார்க்க வேண்டும்.

கண்களை அகலத் திறந்து, காது மடல்கள் விரித்து, முக்கியமாய் மனம் நூறு சதவிகிதம் ஈடுபாட்டுடன் முழு கவனம் குவித்து, சுற்றி நடப்பனவற்றைக் கவனிக்க வேண்டும்.

நூறு ஆயிரம் வாய்ப்புகள் இலைமறை காயாக, நம்மைச் சுற்றிலும், காலுக்கு அடியிலும், கைகளுக்கு மேலேயும், தோள்களில் இடித்த படியும் ஆடிக்கொண்டும் தொங்கிக் கொண்டும் இருக்கின்றன. பறிக்கவேண்டியது மட்டுமே நம் வேலை!

➤➤➤

3

எல்லைகள் இல்லை

டீம் லீடர்கள் எனப்படும் முதல்கட்டத் தலைமையில் இருக்கும் ஊழியர்கள் சிலருக்கு நடத்தப்பட்ட ஒரு பயிற்சி வகுப்பு அது. மொத்தம் 14 நபர்கள் கலந்துகொண்டார்கள்.

பயிற்சியின் ஒரு பகுதியாக அவர்களுக்கு ஒரு போட்டி வைக்கப் பட்டது. போட்டியில் வெல்பவருக்குக் கனமான பரிசும் அறிவிக்கப் பட்டது. பரிசு என்ன என்று தெரிய வந்ததும் கலந்து கொண்டவர்களின் ஆர்வம் பன்மடங்கு ஆனது.

போட்டி இதுதான். பயிற்சி நடக்கும் அறையினைவிட்டு வெளியே போகாமல், அறைக்குள்ளாக இருந்தே நீல நிறமுடைய பொருள்களைக் காட்ட வேண்டும். எவரால் அதிகமான பொருள்களைக் காட்ட முடிகிறதோ அவரே வெற்றியாளர்.

அந்த அறையில் இல்லாததே நீல நிறம் மட்டும்தான் என்பது போலத்தான் தொடக்கம் இருந்தது. பழுப்பு நிற மேசைகள், வெள்ளை நிற மேசை விரிப்புகள், சிவப்பு திரைச்சீலைகள், சாம்பல் நிறத்தில் தரைவிரிப்புகள். அட! எவரோ ஒருவர் மட்டும் நீல நிறத்தில் சட்டைபோட்டிருந்தார். 'நான்தான் சொன்னேன். நான்தான்' சட்டையை அடையாளம் காட்டியவரின் பெயர் பயிற்சியாளரால் குறித்துக்கொள்ளப்பட்டது.

அதன்பிறகு எவருக்கோ தோன்ற, பேண்டை ஷூக்களுக்கு மேல் தூக்கச்சொல்லி சாக்ஸ்களை ஆராய்ந்தார்கள். இருவரிடம் சிக்கியது ப்ளூ கலர் சாக்ஸ். எவருக்கோ திடீரென ஞாபகம் வர பேனாக்கள், பேனா மை நீலம் என்று அலறினார்கள்.

தேடல் தொடர்ந்தது. ஒயிட் போர்டு மார்க்கர்களில் ஒன்று நீலம். நோட்டுப் புத்தகங்களை ஆராய்ந்தார்கள் சில நீலங்கள் சிக்கின. அறையின் ஓரத்தில் தேநீர் இடைவேளைக்காக அடுக்கி வைக்கப் பட்டிருந்த டிப் டீ பாக்கெட்டில் இருந்த நீல நிறம் மாட்டியது. கர்சீப்புகள் பர்ஸ்சுகள் ஆராயப்பட்டன.

அரை மணிநேரம் போய்விட்டது. பலரும் ஆடி ஓடி அலுத்து விட்டார்கள். அதிகப்படியான நீலங்கள் காட்டியவர் என ஒரு பெண்மணி மேடைக்கு அருகில் பரிசுக்கான எதிர்ப்பார்ப்புடன் நின்றுகொண்டிருந்தார். அவர் காட்டிய நீல நிறமிருந்த பொருள்களின் எண்ணிக்கை 18. ‘அவருக்குப் பரிசு கொடுத்து விடலாமா?’ என்று பயிற்சியாளர் கேட்க, வேண்டாவெறுப்பாக, சரி என்று பலரும் சொல்ல, ஒரே ஒருவர் மட்டும் நிதானமாக எழுந்து வந்தார்.

‘என்னால் நூறு கூட காட்ட முடியும்’ எல்லோரும் சிரித்தார்கள்.

பயிற்சியாளர் சிரிக்கவில்லை. ‘அப்படியா?’

‘ஆமாம்’

‘வெளியில் போகக்கூடாது. அறைக்குள்ளாகவே காட்டவேண்டும்!’ கூட்டம் கத்தியது.

‘நிச்சயமாக’ நிதானமாக ஆனால் உறுதியாகச் சொன்னார் அவர்.

‘எங்கே காட்டுங்கள் பார்ப்போம்!’

அவரால் காட்ட முடிந்தது. அவருக்குத்தான் பரிசும் கொடுக்கப்பட்டது. அவர் பாராட்டுக்குரியவர் ஆனார். அதே சமயம் மற்றவர்கள் யோசித்தார்கள், ‘அட சட்! இது நமக்குத் தோணவில்லையே!’

மற்ற எவருக்கும் தோன்றாதது, அவருக்கு மட்டும் தோன்றி அவரை வெற்றியாளர் ஆக்கியது எது தெரியுமா? அவரது பாக்கெட்டில் இருந்த செல்போனும் அதில் இருந்த இணைய இணைப்பும்தான்.

நம்முடைய சக்திக்கும் திறனுக்கும் அளவேயில்லை. நாம் வைப்பதுதான் அளவு. நம்முடைய நாளைய கனவுகளைக் கட்டுப்படுத்தும் சக்தி நம்முடைய நினைப்புகளுக்கு மட்டுமே உண்டு.

இணையம் மூலமாக அவர் ஆயிரம் ஆயிரம் வலைதளங்களுக்குப் போனார். ஆயிரக்கணக்கில் நீலநிறப் பொருள்களைக் காட்டினார். அசர வைத்தார்.

நாம் நம்ப முடியாத அளவு நம்மிடம் இருக்கிறது. நம்மிடம் என்றால் நம்முள்ளேயே இருக்கிறது. கேட்டால் கிடைக்கும். அதற்கு நிதானம் வேண்டும். நிதானமாக, பொறுமையாக, தெளிவாக, யோசித்தல் வேண்டும். அவ்வளவுதான். நாம் கவலைப்படுகிற நேரங்களில் நம்மிடம் இல்லாமல் போவது அதுதான்.

மற்றொரு பயிற்சியில், பர்ஸ், செல்போன் உட்பட எல்லா வற்றையும் வாங்கி வைத்துக்கொண்டு விட்டு பயிற்சியாளர் சொன்னார், 'நான் இன்னும் அரை மணிநேரம் டைம் தருகிறேன். அந்த அரைமணி நேரத்துக்குள் எவரால் மிக அதிக அளவிலான பணத்தைக் கொண்டு வந்து காட்டமுடிகிறதோ அவரே ஜெயித்தவர். அப்படி அதிகப்படியான தொகை கொண்டு வருபவருக்கு நல்ல பரிசு உண்டு'.

இதோ என்று பலரும் விறுவிறுவென வெளியே சென்றார்கள். ஆனால் சற்று நேரத்திலேயே போனவர்களில் பலரும் வெறும் கையுடன் திரும்பி வந்தார்கள். பர்ஸும், செல்போனும் இல்லாவிட்டால், ஒன்றும் செய்யமுடியாத வெறும் மனிதர்களாக தங்களை உணர்ந்தவர்கள் வலிமையற்றவர்களாய் பயந்துபோய் செய்வதறியாது திகைத்துத் திரும்பி வந்தார்கள்.

பர்ஸும் செல்போனும் இல்லாமல் எப்படி எதைக் கொண்டு பணம் கொண்டுவரமுடியும் என்று எதிர்கேள்வி கேட்டார்கள். மற்றவர்களும் அப்படியேதான் திரும்பி வருவார்கள் என்று ஆரூடம் சொன்னார்கள். ஒரு பங்கேற்பாளர், பயிற்சி அறையை விட்டு

வெளியே போகவேயில்லை. மீண்டும் மீண்டும் செல்போனை யாவது தாருங்களேன் என்று கேட்டுக் கொண்டேயிருந்தார்.

அரை மணி நேரம் ஆனது. போனவர்களில் ஒரு சிலர் சில பத்து ரூபாய் தாள்களுடனும் பெருமிதத்துடனும் வந்தார்கள். வேறு ஒருவர் ஐந்து ரூபாய் நாணயம் ஒன்றுடன் மிகவும் பெருமையாக வந்தார். அவரைப் பயிற்சியாளர் கேட்டார்,

'இதை எப்படிப் பெற்றீர்கள்?'

அவர் சற்று வெட்கத்துடன் சொன்னார், 'கார் பார்க்கிங்கில் நின்ற ஒரு காரைத் துடைத்துவிட்டுப் பணம் கேட்டேன். கொடுத்தார்கள்!'

பங்கேற்றவர்கள் எல்லோரும் அவரை வியந்து பார்த்தபடியே கைதட்டினார்கள். 'என்ன என்னவோ யோசித்தேன். எதுவும் வழி தெரியவில்லை. சும்மா கேட்க கூச்சமாக இருந்தது. அதனால் இதனைச் செய்தேன். எப்படியும் வெறும் கையுடன் பயிற்சி அறைக்குத் திரும்பக்கூடாது என்று முடிவு செய்துகொண்டுதான் போனேன். கொண்டு வந்துவிட்டேன்.' என்றார் அவர்.

மீண்டும் எல்லோரும் கைதட்டினார்கள்.

'இந்த 5 ரூபாய் பற்றி நீங்கள் என்ன நினைக்கிறீர்கள்?' என்று பயிற்சியாளர் கேட்டார்.

'மாதம் 25,000 சம்பளம் வாங்கும் எனக்கு இந்த நேரத்தில் இந்த 5 ரூபாய்தான் அதைவிடப் பெரியதாகத் தெரிகிறது' என்றார்.

வேறு சிலர் ஹோட்டல் ஊழியர்களிடம் சற்று நேரத்தில் திருப்பித் தந்துவிடுவதாகச் சொல்லி சில நூறு ரூபாய்கள் வரை கடனாக வாங்கி வந்திருந்தார்கள்.

ஷோபா என்கிற பெண் 14,000 ரூபாய் கொண்டு வந்தார். எப்படி என்று கேட்டதற்கு, சக பயிற்சி நண்பருடன் பப்ளிக் போன் பூத்திற்குச் சென்று அங்கிருந்து அவருடைய பாய் பிரண்டிற்கு போன் செய்திருக்கிறார். உடனே பணம் எடுத்துக்கொண்டு ஆட்டோவில் வரச்சொல்லியிருக்கிறார். அவர் வருகிறவரை அங்கேயே காத்திருந்து பணம் பெற்றுக்கொண்டு வந்திருக்கிறார்.

இன்னொருவர் ஆட்டோவில் அருகில் இருக்கும் நண்பனின் அலுவலகம் போயிருக்கிறார். கிடைத்ததைப் பெற்றுக்கொண்டு ஆட்டோவில் திரும்பி வந்திருக்கிறார்.

பணம் கொண்டு வந்திருந்தவர்களின் முகத்தில் எல்லாம் மகிழ்ச்சியும் பெருமிதமும் ததும்ப, கொண்டு வராதவர்கள் 'அட ஆமாம், இப்படி நாமும் செய்திருக்கலாமே' என்கிற வியப்பும் சங்கடமும் கொண்டார்கள்.

செல்போனும் பர்ஸும் இல்லாவிட்டால் ஒன்றுமே செய்ய முடியாது... அதுவும் 30 நிமிடங்களுக்குள் எதையும் சாதிக்க முடியாது என்று தோன்றுவது இயற்கைதான். ஆனால், அப்படிப்பட்ட நிலையில் மனமும் மூளையும் சரியாக இயங்கினால், புதிய வாய்ப்புகள் கண்டிப்பாகக் கண்களுக்கு தெரியும்.

பலருக்கும் அந்தப் புதிய வாய்ப்புகள் தெரிந்தது. அதுவரை அவர்கள் யோசிக்காத விதங்களில் யோசித்தார்கள். செயல்பட்டார்கள். இதுதான் இயல்பு. இதுதான் மனித குணம். எங்கே விட்டாலும் முட்டிமோதி வந்துவிடமுடியும். புதிய வழிகளைக் கண்டுபிடிக்க முடியும் என்பதுதான் உண்மை.

மால்தூசியன் தியரி ஆஃப் பாப்புலேஷன் (Malthusian Theory of Population) படி உலகில் மக்கள் தொகை ஜியாமெட்ரிக் விகிதத்தில் (ஒன்று இரண்டாகி, இரண்டு நான்காகி என்பதுபோல) அதிகமாகி, ஒரு நேரத்தில் மனிதர்கள் நிற்கக்கூட பூமியில் இடமில்லாமல் போகும். சரி, இதுவரை அப்படி ஆனதா என்ன? அப்படியே

ஆகிவிட்டாலும்தான் என்ன? கடல் இல்லையா? மனிதன் கடலில் வாழ வழி கண்டுபிடித்து விடமாட்டானா என்ன? முடியாததே இல்லை. நம்முடைய சக்திக்கும் திறனுக்கும் அளவேயில்லை. நாம் வைப்பதுதான் அளவு. நம்முடைய நாளைய கனவுகளைக் கட்டுப்படுத்தும் சக்தி நம்முடைய நினைப்புகளுக்கு மட்டுமே உண்டு என்பார்கள். லிமிட்டிங் பிலிஃப்ஸ் (Limiting Beliefs) வேண்டாம்.

எந்தச் சூழலிலும் எந்தத் தருணங்களிலும் நம்மால் எவ்வளவோ செய்ய முடியும். நம் சக்திக்கு எல்லைகளே இல்லை.

➤➤➤

4

நாம் என்ன சராசரியா?

'எங்கள் குழுவில் இடம் பெற்றிருந்தவர்களின் சராசரி உயரம் ஐந்தரை அடி.'

'சரி'

'எங்கள் நிறுவனத்தில் ஊழியர்களின் சராசரி வருமானம் 10 ஆயிரம் ரூபாய்.'

'ஓகோ!'

'என் மகன் வகுப்பில் மாணவர்கள் கணக்கில் வாங்கியிருக்கும் சராசரி மதிப்பெண் 55.'

'அப்படியா?'

'என்ன எல்லாவற்றையும் கேலியாகக் கேட்பதுபோல இருக் கிறது!'

'எல்லாவற்றிலும் சராசரி எண்களையே சொல்லுகிறீர்களே. சராசரி இருக்கட்டும். உங்கள் தனிப்பட்ட உயரம் என்ன? வருமானம் என்ன? உங்கள் மகனின் மதிப்பெண் என்ன?'

'சராசரி என்பது உங்கள் எண் இல்லை. இந்தியா சராசரியாக ஆண்டுக்குப் பொருளாதார மதிப்பான ஜி.டி.பியில் 7% வளருகிறது. நீங்கள் எவ்வளவு வளருகிறீர்கள்? அதுதானே நீங்கள் உங்களை கேட்டுக்கொள்ளவேண்டிய கேள்வி.'

சராசரிகளால் பலன் இல்லையா? அதைப் பார்க்கத் தேவை இல்லையா?

பார்க்கலாம். எதற்குத் தெரியுமா? நாம் சராசரிக்கு மேல் இருக்கிறோமா, கீழ் இருக்கிறோமா என்பதைத் தெரிந்து கொள்ளுவதற்காக.

முருகப்பா குழுமத்தின் தலைவர் அழகப்பன் ஒருமுறை இப்படிக் குறிப்பிட்டார்.

'இந்தியாவின் இந்த ஆண்டு வளர்ச்சி 7% இருக்கும் என்கிறார்கள். அப்படியென்றால் நாங்கள் (எங்கள் நிறுவனங்கள்) 21% வளர்ச்சி காணுவோம்.'

சராசரியைப் போல மூன்று மடங்கு வளர்ச்சி காண்பார்களாம். காரணம் அவர்கள் சராசரி நிறுவனமோ, நிர்வாகமோ, ஊழியர்களோ

இல்லை என்கிற நம்பிக்கை. அவர்கள் சராசரிகளுக்கும் மேல்.

சிலர் கீழ். சிலர் அதே அளவுகளில். சிலர் மட்டுமே மேலே.

முருகப்பா குழுமத்தின் தலைவர் போல் அப்படி இருக்க வேண்டும் தாகம்.

'என்ன நினைத்துவிட்டீர்கள் என்னைப்பற்றி! நான் என்ன சராசரி திறமையாளனா? சராசரி வேகம் உள்ளவனா? நான் அதற்கும் மேலே. கொஞ்சம் அல்ல. பல மடங்குகள் மேலே!' என்கிற உத்வேகம் வேண்டும்.

➤➤➤

'நான் சராசரி திறமையாளனா?
சராசரி வேகம் உள்ளவனா?
அதற்கும் மேலே. பல மடங்குகள் மேலே!'
என்கிற உத்வேகம் வேண்டும்.

5

இன்று என்ன செய்தாய்?

மகேந்திர சிங் தோனி. மூன்று ஐசிசி கோப்பைகளில் இந்தியாவை அவர் வெற்றிக்கு அழைத்துச் சென்றிக்கிறார் – 2007ல் Twenty20 ஐசிசி உலக கோப்பை; 2011ல் கிரிக்கெட் உலக கோப்பை; 2013ல் ஐசிசி சாம்பியன்ஸ் கோப்பை; 2010 மற்றும் 2016 ஆசியக் கோப்பை. மேலும் ஆஸ்திரேலியாவிற்கு எதிரான தொடரில் 20 ஆண்டுகளுக்குப் பிறகு முழு வெற்றி என்று இந்திய கிரிக்கெட் அணிக்குப் பலப்பல மிகப்பெரிய வெற்றிகள் தேடித்தந்தவர்.

அற்புதமான கேப்டன் என்று பெயரெடுத்தவர். சென்னை சூப்பர் கிங்ஸ் அணிக்கும் தலைமை ஏற்று அந்த அணியையும் இருமுறை வெற்றிக் கோப்பை பெறச் செய்தவர். அமெரிக்க டைம் பத்திரிகையின் 2011 ம் ஆண்டின் முக்கிய 100 நபர்களில் ஒருவராகத் தேர்ந்தெடுக்கப்பட்டவர். ஸ்போர்ட்ஸ் புரோ இதழின் 2011ம் ஆண்டின் உலகின் சிறந்த 100 அத்தலெட்ஸ் (தடகள வீரர்) களில் 16 வது இடத்தைப் பிடித்தவர். சராசரி ஸ்டிரைக் ரேட் 135 வைத்திருப்பவர்.

பாகிஸ்தான் முன்னாள் அதிபர் ஜெனரல் பெர்வேஸ் முஷாரப் உட்பட பல பிரபலங்களே ரசிக்கும் அதிரடி ஆட்டக்காரர்.

இவ்வளவு பெருமைகள் பெற்றிருந்த தோனியைப் பற்றி பிறகு ஒரு சமயத்தில் என்ன சொன்னார்கள் தெரியுமா? குறிப்பாக

> இப்போது என்ன செய்கிறோமோ
> அதற்கான மதிப்பைத்தான்
> உலகம் தரும். பழம் பெருமை
> பேசிக்கொண்டிருக்க முடியாது.

இங்கிலாந்து மற்றும் ஆஸ்திரேலியாவிற்கு எதிரான போட்டிகளில் அவரது அணி மோசமாக தோற்றபோது, தோனி கேப்டன் ஷிப் சரியில்லை. அவர் அணியில் இருந்து விலக வேண்டும் என்றெல்லாம் சொல்ல ஆரம்பித்து விட்டார்கள்.

ஒரு நேரம் தலையில் வைத்துக்கொண்டாடிய அதே ரசிகர்கள் தான்; தோனி தோனி என்று கரகோஷம் செய்தவர்களேதான்; ஆனால் அவர் விலகவேண்டும் என்றார்கள் இப்போது.

ஏன்?

முன்பு சாதனை செய்தார்தான். அதற்காக? அதையே நினைத்துக் கொண்டிருக்க முடியுமா? இப்போது என்ன செய்கிறோமோ அதற்கான மதிப்பைத்தான் இந்த உலகம் தரும்.

செய்தி இதுதான்.

பழம் பெருமை பேசிக்கொண்டிருக்க முடியாது. இப்போது என்ன செய்கிறோமோ அதற்கான மதிப்பைத்தான் உலகம் தரும். பழம் பெருமை பேசிக்கொண்டிருக்க முடியாது, அது தோனியே ஆனாலும் சரி!

►►►

6

வேகம் மட்டுமல்ல முக்கியம்

அது ஒரு தடகளம். ஓடுவதற்கு ஆயத்தமாக பல வீரர்கள் நிற்கிறார்கள். ஓட வேண்டியது 100 மீட்டர் தூரம். உலக அளவில் முதல் சில இடங்களில் இருக்கும் வீரர்கள், இந்த தூரத்தை 10 வினாடிகளுக்கும் குறைவான நேரத்தில் கடந்துவிடுவார்கள். இவர்கள் அப்படியில்லை. உள்ளூர் வீரர்கள்.

ஓட்டப்பந்தயம் தொடங்கப்பட இருக்கிறது. நடுவர் வந்துவிட்டார். அவர் கழுத்தில் விசில் தொங்குகிறது. கையில் எடுத்துவிட்டார். ஊதினார்.

புர்ர்ர்ர்ர்...

காற்றைக் கிழித்துக்கொண்டு பறந்தார்கள் வீரர்கள்.

பலரும் 15 வினாடிகளுக்கு மேல் எடுத்துக்கொள்ள, மூவர் மட்டுமே 13 வினாடிகளுக்கும் குறைவு. ஒருவர் 12 வினாடிகள். மற்றொருவர் 11 வினாடிகள். ஒருவர் 10 வினாடிகள் மட்டுமே.

யாருக்குப் பரிசு கொடுக்க வேண்டும்? 10 வினாடிகளில்

வேகம் மட்டுமல்ல
போகிற திசையும் முக்கியம்.
அப்போதுதான் வெற்றி கிட்டும்.

ஓடியவருக்குத்தானே! ஆனால் அவருக்குத் தரப்படவில்லை. அவருக்கு அடுத்தபடியாக வந்த, 11 வினாடிகளில் ஓடிக் கடந்தவருக்கே பரிசு கொடுக்கப்பட்டது.

என்ன அநியாயம் இது! என்று கேட்க முடியாது. காரணம், 10 வினாடிகளில் 100 மீட்டர் தூரத்தைக் கடந்த வீரர் வரையறுக்கப்பட்ட ஓடுகளத்தில் ஓடவில்லை. அவர் சற்றுத் திசை மாறி ஓடிவிட்டார்.

மற்ற எவரைக் காட்டிலும் வேகமாக ஓடினார்தான். ஆனால் சரியான திசையில் போகாததால் வெற்றியைத் தவற விட்டுவிட்டார்.

வேகம் மட்டுமல்ல போகிற திசையும் முக்கியம்.

➤➤➤

7

கடைசியாய் எப்போது?

மர வியாபாரி ஒருவரிடம் வேலை கேட்டு வந்தவனுக்கு வயது 50 இருக்கலாம். மேல் சட்டை இல்லை. இடுப்பில் வேட்டி. தோளில் துண்டு.

'வேலை ஏதும் இருக்குமா அய்யா?'

'மரம் வெட்டுற வேலைதான் இருக்கு.'

'தாராளமா செய்யுறேன் அய்யா.'

'சரி நான் குத்தகைக்கு எடுத்திருக்கிற தோப்புக்கு நாளைக்குப் போ. அங்க கோடலி இருக்கும். கேட்டு வாங்கிக்கிட்டு வேலையைப் பாரு'.

மறுநாள் விடியற்காலையிலேயே போய்விட்டான். முதலாளியே இருந்தார். கோடலி எடுத்துக்கொடுத்தார்.

தோப்பில் நிறைய மரங்கள். ஏற்கெனவே சிலர் மரம் வெட்டிக்கொண்டிருந்தார்கள். இவனும் சேர்ந்துகொண்டான்.

நன்றாக வேலை செய்தான். சூரியன் மறையும்வரை வேலை செய்தான். மூன்று மரங்கள் வெட்டியிருந்தான். அவன் கிளம்பும் நேரம் அந்தப்பக்கம் முதலாளி வந்தார். அவன் வெட்டிய

மரங்களைப் பார்த்தார். ஏதும் சொல்லவில்லை. போய்விட்டார்.

மறுநாள் காலை அதே நேரம் வந்தான். அதேபோல சூரியன் மறையும் வரை வெட்டினான். ஆனால் ஏனோ இரண்டு மரம்தான் வெட்ட முடிந்தது. அன்றைக்கும் அந்த நேரம் முதலாளி வந்தார். வெட்டிக்கிடந்த மரங்களின் அளவைப் பார்த்தார். அவர் ஏதும் சொல்வதற்குள் அவனே முந்திக்கொண்டு, 'அய்யா நான் வஞ்சகம் ஏதும் செய்யவில்லை. ஒழுங்காகத்தான் வெட்டினேன். ஆனால் ஏனோ...

அவர் பேசாமல் போய்விட்டார்.

அவன் மனது குற்ற உணர்வில் தவித்தது. மறுநாள் ஒரு மணி நேரம் முன்னதாகவே வந்து வெட்ட ஆரம்பித்தான். உணவு இடைவேளை நேரத்தையும் குறைத்துக்கொண்டு தொடர்ந்து வெட்டினான். மாலை மங்கிய பிறகும் வெட்டினான்.

என்ன ஆச்சரியம்! முதல் நாள் வெட்டிய இரண்டு மரங்கள் அளவு கூட இன்று வெட்டியிருக்கவில்லை. அவனுக்கு மிகவும் வருத்தமாக இருந்தது. ஏன் என்று புரியவில்லை.

சொல்லிவைத்ததுபோல அன்றும் முதலாளி வந்தார். நின்று அவன்

எந்த வேலையானாலும் திட்டமிட்டுச் செய்யவேண்டும். அதற்காகச் செலவிடும் நேரம் வீண் அல்ல. அது அவசியம்.

வெட்டிப்போட்டிருந்த மரக்குவியலைப் பார்த்தார். உதட்டைப் பிதுக்கினார்.

அவன் உள்ளம் உடைந்தே போனது. 'அய்யா... நேற்றைவிடச் சீக்கிரமே வந்துவிட்டேன். அதிக நேரம் உழைத்திருக்கிறேன். ஆனாலும்...'

அமைதியாக நின்ற அவர் அவனை ஒரு கேள்வி கேட்டார். 'எல்லாம் சரி. நீ கடைசியாக எப்போது கோடலியைக் கூர் தீட்டினாய்?'

அவன் கடந்த மூன்று நாட்களில் கோடலியைக் கூர் தீட்டவேயில்லை. காரணம் கேட்டார். 'அதற்கு ஏது நேரம்?' என்றான். 'ஏற்கெனவே நான் வெட்டுவது குறைவு, இதில் நான் கோடலியைக் கூர் தீட்டிக்கொண்டிருந்தால், மரத்தை எப்போது வெட்டுவது!'

கூர் இல்லாத கோடலியால் எவ்வளவு நேரம் வெட்டித்தான் என்ன பயன்?

பலரும் செய்கிற வேலைகள் இப்படித்தான் இருக்கும். அவர்கள் மரம் வெட்டாமல் இருக்கலாம். ஆனாலும் அவர்கள் கோடலியைத் தீட்டத்தான் வேண்டும். கோடலி தீட்டுவது என்பது திட்டமிடலுக்கு ஒப்பு. எந்த வேலையானாலும் எப்படிச் செய்யலாம் என்று கொஞ்சம் சிந்தித்துவிட்டுச் செய்தால், வேலை சிறப்பாக முடியும்.

திட்டமிடுவதற்காகச் செலவிடும் நேரம் வீண் அல்ல. அது அவசியம் செய்யப்படவேண்டியது!

➤➤➤

8

சந்தர்ப்பம் வரும்முன் ஆயத்தமாகு

1990களில் ஏதோ ஒரு வருடம். நான் அப்போது திருச்சி பெல் தொழிற்சாலையில் வேலையில் இருந்தேன். அது 14000 ஊழியர்கள் கொண்ட பெரிய தொழிற்சாலை.

தொழிலகத்தின் தலைமை நிர்வாகி ஒரு முடிவு எடுத்தார். அதன்படி கணிசமான எண்ணிக்கையில் கம்ப்யூட்டர்கள் வாங்கப்பட்டு தொழிற்சாலையில் இருந்த எல்லா அலுவலகங்களுக்கும் ஒன்று இரண்டு என்று கொடுத்தார்கள்.

இப்போதுபோல அந்தக் காலகட்டத்தில் கம்ப்யூட்டர்கள் அதிகப் புழக்கத்தில் இல்லை. அப்போதுதான் அறிமுகம் ஆகிக் கொண்டிருந்த நேரம் அது. மேலும் அது ஓர் உற்பத்தித் தொழிற் சாலைதான். மற்ற வேலை இடங்களைப்போலவே பெல் ஆலை அலுவலகங்களிலும் மேனுவல் டைப் ரைட்டர்கள் தான்.

ஆனாலும் பலவற்றிலும் முன்னணியில் இருக்கும் பெல், இதிலும் முனைந்து செயல்பட்டது. எல்லா அலுவலக அறைகளிலும் புத்தம் புது கம்ப்யூட்டர்கள் வந்திறங்கின. ஆனால் கம்ப்யூட்டர்கள் வழங்கினார்களே தவிர, அதில்தான் டைப் அடிக்க வேண்டும் என்று

மாற்றம் ஒன்றே
மாறாதது என்பதற்கேற்ப
எப்போதும் ஆயத்தமாக இருப்பதே
மாற்றங்களை எதிர்கொள்ளும் வழி!

எவரையும் கட்டாயப்படுத்தவில்லை. அதேபோல எவர் பயன் படுத்தவும் தடை எதுவும் இல்லை.

என்னுடைய அலுவலகத்தில் இரண்டு ஆபீஸ் அசிஸ்டெண்ட்ஸ் (கிளார்க்குகள் போல) இருந்தார்கள். ஒருவர் பெயர் ஆனந்தன். மற்றொருவர் பெயர் பாண்டியன்.

கம்ப்யூட்டர்கள் வந்த புதிதில் அவர்கள் இருவருமே கம்ப்யூட்டரில் வேலை செய்ய முயற்சி செய்தார்கள். அது அவ்வளவு சுலபமாக இல்லை. வேலை முடியவில்லை. புரிந்துகொள்ளச் சிரமமாகவும், அடுத்தவர் விபரம் தெரிந்தவர் உதவிக்காக எதிர்பார்த்திருக்க வேண்டியதாகவும் இருந்தது.

சில நாட்கள்தான் இப்படி. ஆனந்தன், ‘கம்ப்யூட்டர்லதான் அடிக்கணும்ன்னு கட்டாயம் இல்லைதானே! பிறகு ஏன் அதில் போய் சிரமப்பட்டுக்கொண்டு இருக்கவேண்டும்!’ என்று சொல்லியபடி முன்போல டைப்ரைட்டருக்கே போய்விட்டார். எதைக் கொடுத்தாலும் முன்போலவே நன்கு பழக்கமான டைப் ரைட்டரில் சுலபமாகத் தயாரித்து எடுத்து வந்தார்.

பாண்டியன் வேறு மாதிரி. அவர் கம்ப்யூட்டரை விடவே இல்லை. அதில் அவருக்குத் தப்பும் தவறாகவே வந்தது. அதனால் அவர் அதிக நேரம் எடுத்துக் கொண்டு, ஒவ்வொரு வேலையையும் ‘ரீ ஒர்க்’ செய்யவேண்டி வந்தது. ஆனாலும் அவர் முயற்சியை விடவே இல்லை. இதனால் அவர் வீட்டிற்குப் போக தாமதமும் ஆகியது.

ஆனாலும் பாண்டியன் விடாமல் முயற்சித்து கம்ப்யூட்டரிலேயே தட்டச்சு செய்தார். நாளடைவில் நன்றாகப் பழகிக் கொண்டு

விட்டார். அவர் கம்ப்யூட்டரிலும் ஆனந்தன் டைப் ரைட்டரிலும் வேலை செய்வது தொடர்ந்தது.

சுமார் ஓர் ஆண்டு போயிருக்கும். மனிதவளத் துறையின் சுற்றறிக்கை ஒன்று அறிவிப்புப் பலகைகளில் ஒட்டப்பட்டது. பர்சனல் செகரட்டரி எனப்படும் தனிச் செயலாளர்கள் பணிக்கு ஆட்கள் தேவை என்றும் அதற்கு ஏற்கெனவே ஆபீஸ் அசிஸ்டெண்டுகளாகப் பணிபுரியும் ஊழியர்கள் விண்ணப்பிக்கலாம் என்றும் குறிப்பிடப் பட்டிருந்தது.

ஆபீஸ் அசிஸ்டெண்ட்டில் இருந்து பர்சனல் செகரட்டரியாகப் போவது பதவி உயர்வு போலத்தான். கணிசமான ஊதிய உயர்வு கிடைக்கும். ஆனந்தன் பாண்டியன் ஆகிய இருவருமே ஆவலுடன் அந்த சுற்றறிக்கையைப் படித்தார்கள்.

சுற்றறிக்கையின் கடைசி வரியைப் பார்த்ததும் ஆனந்தன் அதிர்ச்சி அடைந்தார். இது அநியாயம் என்று சொன்னார்.

அந்தக் கடைசி வரி என்ன தெரியுமா?

'கம்ப்யூட்டரில் வேலை செய்யத் தெரிகிறவர்களுக்கு முன்னுரிமை கொடுக்கப்படும்.'

'பின்னாளில் இப்படிக் கேட்போம் என்று முன்கூட்டியே, கம்ப்யூட்டர்களை எங்கள் அலுவலக அறைகளில் வைத்த போதே சொல்லியிருக்க வேண்டும். அப்படிச் சொல்லியிருந்தால் நானும் கற்றுக்கொண்டிருப்பேன். இப்போது இப்படிச் சொல்வது சரியில்லை' என்று பொங்கிப் புலம்பினார் ஆனந்தன்.

மாற்றங்கள் சொல்லிவிட்டா வரும்? அறிவிப்பு கொடுக்குமா என்ன? மெல்ல மெல்ல மாறும். தொடக்கத்தில் மாறுவதே கூடத் தெரியாது. ஆனந்தன் போன்ற பலரால் அதனைச் சுற்றி நடக்கிற மாறுதல்களைக்கூட உணர முடியாது.

மாற்றம் ஒன்றே மாறாதது என்பதற்கேற்ப எப்போதும் ஆயத்தமாக இருப்பதே மாற்றங்களை எதிர்கொள்ளும் வழி!

➤➤➤

9

கதவுகளைத் திறக்கலாம்...

ஓர் உயரமான மனிதர். ஒரு குறிப்பிட்ட கட்டடத்திற்குள் போக விரும்புகிறார். அந்தக் கட்டடத்தின் உள்ளே அவர் விரும்புகிற பல பொருள்கள் இருக்கின்றன. அவருக்கு அவை வேண்டும். அவற்றைப் பெறுவதற்காக அவர் கட்டடத்தை நோக்கி நடக்கிறார். நெருங்கிவிட்டார். கட்டடத்திற்கு வந்தாகிவிட்டது. உள்ளே போகவேண்டும். மேலும் நகர்கிறார். அட! உள்ளே போக முடியவில்லை. மீண்டும் முயற்சிக்கிறார். முயற்சி என்றால், அவர் அந்தக் கட்டடத்தில் முட்டுகிறார். உள்ளே போக முடியவில்லை.

எப்படி முடியும்? காரணம், அவர் முட்டுவது சுவற்றில்... எத்தனை முறை, என்ன வலுவாக முட்டினாலும் அவரால், சுவரைத் தள்ளிக்கொண்டு உள்ளே போக முடியுமா என்ன?

அவருக்கு என்ன கண் பார்வை இல்லையா? ஏன் இப்படி சுவற்றில் முட்டி உள்ளே போகப் பார்க்கிறார்! அல்லது அந்தக் கட்டடத்திற்கு கதவு ஏதும் கிடையாதா?

கதவு இருக்கிறது. ஆனால் அது அந்தக் கட்டடத்தின் வேறு பக்கம் இருக்கிறது. அவர் நடந்து வந்து சேர்ந்த பக்கத்தை விட்டுவிட்டு,

கதவு எங்கே இருக்கிறது என்றெல்லாம் அவர் தேட மாட்டாராம். மேலும், 'அதென்ன கதவு வழியாக மட்டுமே உள்ளே போக வேண்டும் என்பது?' என்றும் கேட்கிறார்!

காரணம், அவர் கட்டடத்திற்கு அருகில் நெருங்கி வந்தாயிற்று. அதற்கு மேலும் அவர் ஏன் கதவைத் தேடி நடக்க வேண்டும்? தவிர, கதவு இருக்கிற நுழைவாயில் சின்னதாக உயரம் குறைவானதாக இருக்கிறது. குனிந்தெல்லாம் அவரால் போக முடியாதாம். அப்படி குனிந்து செல்வதால் அவரது மதிப்பிற்கு இழுக்கு வரும் என்று யோசிக்கிறார். அவர் வலுவானவர் அதனால், சுவரானாலும் பரவாயில்லை, முட்டிப் பார்த்து விடுகிறேன் என்று முயற்சி செய்கிறார்.

நம்பமுடியவில்லை இல்லையா? 'இப்படியும் சிலர் இருப்பார்கள்தான். அதற்காக இவ்வளவு முட்டாள்தனமாக நடந்துகொள்ளுபவர்கள் கூடஉண்டா என்ன?' என்று கேட்கத் தோன்றுகிறதல்லவா!

உயரமான மனிதர், கட்டடம், அதன் உயரம் குறைவான வாசல் எல்லாம் வேறு சிலவற்றுக்கான ஒப்பீடுகள். கணவன், மனைவி, சகோதரர்கள், அக்கம்பக்கம், உறவினர்கள், அலுவலகத்தில் உடன் பணி புரிபவர்கள், வாடிக்கையாளர்கள், நம் நிறுவன ஊழியர்கள்

போன்ற பலருடனும் நாம் பேசுகிறோம் பழகுகிறோம். எல்லோர் கருத்துக்களும் எப்போதும் ஒத்துப்போகும் என்பதில்லை. மாறு பாடுகள் ஏற்படும். கருத்துவேறுபாடுகள் வரவே செய்யும். ஆனால் அதை சிலர் எதிர்கொள்ளும் விதம்தான் நாம் மேலே பார்த்தது.

சிலருடைய பேச்சு மேலே பார்த்த உயரமான மனிதரின் மனப்போக்கு மற்றும் செயல் போலத்தான் இருக்கும். அதில் நீக்குப்போக்கு இருக்காது. அவர்கள் பிடித்த முயலுக்கு மூன்றே கால்தான் என்று அடம் பிடிப்பார்கள். விடாமல் வாக்குவாதம் செய்து கொண்டேயிருப்பார்கள். இவரது கருத்தானது அடுத்தவரால் ஏற்றுக்கொள்ள முடியாதது என்றாலும், அவர்களால் சம்மதம் சொல்வதும், ஒப்புக்கொள்வதும் சிரமம் என்றாலும் (சுவர் போலவே அது இருந்தாலும்) விடமாட்டார்கள். மோதுவார்கள். விட்டுக்கொடுக்க மறுக்கிறானே(ளே) என்று அங்கலாய்ப்பார்கள்.

அவர்களே, கொஞ்சம் விட்டுக் கொடுத்து சற்றுத்தள்ளி இருக்கும் கதவுப் பக்கம் போனால் போதும் எல்லாம் சரியாகிவிடும். அடுத்தவர் சொல்லுவதில் என்ன நியாயம் இருக்கிறது, ஏன் அப்படிச் சொல்லுகிறார்கள் என்று யோசித்துப் பார்த்து, தான் எடுத்திருக்கும் நிலைப்பாட்டில் இருந்து அவர்கள் சற்று மாறினாலே போதும். ஆனால் அவர்கள் விடாப்பிடியாக மறுப்பார்கள். தங்களால் கொஞ்சமும் நகர முடியாது என்பார்கள். நான் ஏன் நகரவேண்டும்? என்று கோபமாகக் கேட்பார்கள். இதுதான் பிரச்னை.

சற்று நகர்ந்தால் நடந்தால் போதும். முட்டும் தோள் வலி மிச்சம். கதவு திறந்து, அழகாய் சௌகர்யமாய், விரும்பும் (அடுத்தவர் மனம் எனும்) கட்டடத்தினுள் போகலாம். வேண்டியதைப் பெறலாம். அங்கே நிரந்தமாகத் தங்கக்கூடச் செய்யலாம்.

> எல்லா மனங்களுக்கும்
> வாசல்கள் உண்டு. இதமாகப் பேசினால்,
> இணக்கமாகப் பேசினால் அவை திறக்கும்.
> சமாதானம் பிறக்கும்.

ஆனால் அவர்கள் அதைச் செய்யமாட்டார்கள். கதவு அகலம் குறைவு என்பார்கள். உயரம் போதாது என்பார்கள். 'நான் ஏன் குனியவேண்டும்' என்று கேட்பார்கள். குறை கூறுவார்கள்.

இப்படிப்பட்டவர்கள் நெளிவு சுளிவு இல்லாதவர்கள். விட்டுக் கொடுக்காதவர்கள். வீண்வாதமே செய்துகொண்டிருப்பவர்கள். விட்டுப்பிடிக்கத் தெரியாதவர்கள்.

இவர்களிடம் எப்போதும் சத்தம் அதிகமாக இருக்கும். எதற்கும் ஒரு போராட்டமே செய்து கொண்டிருப்பார்கள். இவர்கள் இப்படிச் செய்யும் போதே, மற்ற எத்தனையோ பேர் திறந்திருக்கும் அந்தக் கதவு வழியாக உள்ளே போய்க்கொண்டே இருப்பார்கள். இவர்கள் போகாதது தவிர, போகிறவர்களையும், ஏன் சமாதானம் செய்து கொண்டு சமரசம் ஆகிப் போகிறீர்கள் என்று கோபிக்கவும் செய்வார்கள்.

எல்லாக் கட்டடங்களிலும் கதவுகள் உண்டு. ஒன்றல்ல. பல. அவை வரவேற்கும் வாசல்கள். எல்லா மனங்களுக்கும் வாசல்கள் உண்டு. இதமாகப் பேசினால், இணக்கமாகப் பேசினால் அவை திறக்கும். சமாதானம் பிறக்கும்.

➤➤➤

10

எழுப்பியது யார்?

அவர் மறுநாள் காலை ஒரு விரைவு ரயிலைப் பிடிக்க வேண்டும். அதற்கு விடியற்காலை நான்கு மணிக்கு எழுந்தால்தான் சரியாக இருக்கும். எழுந்துவிட்டார். சரியான நேரத்திற்கு ரயில் நிலையம் போய்விட்டார்.

அவர் நண்பர் கேட்டார், ‘அட! பரவாயில்லையே! சரியான நேரத்திற்கு வந்துவிட்டீர்களே! எப்படி?’

‘நான்கு மணிக்கெல்லாம் எழுந்துவிட்டேன்.’

‘அப்படியா?’

‘ஆமாம். அலாரம் வைத்திருந்தேன்.’

‘ஓகோ! அலாரம் எழுப்பியதோ!’

அவர்கள் உரையாடியது போகட்டும். அவரை உண்மையில் எழுப்பியது யார்? அலாரமா அல்லது....?

கடிகாரமோ அல்லது கைபேசியோ. அவை தன்னிச்சையாகவா செய்கின்றன? குறிப்பிட்ட நேரத்திற்கு மணியடிக்க வைத்தது யார்? அவை அப்படிச் செய்ய ஏற்பாடு செய்தவர் யார்? அலாரம் வைத்தது யார்?

அலராம் அடித்ததுதான். ஆனால், அதை மதித்து எழுந்தவர் யார்!

தனக்கு உதவக்கூடியனவற்றை தனக்கு உதவுமாறு செய்து கொள்ளத் தெரியவேண்டும். உதவி கிடைக்கும்போது பெற்றுக் கொள்ள வேண்டும். எனக்கு நல்லது சொல்லுங்கள் என்று கேட்கவேண்டும். சொல்லுபவற்றைக் கேட்டு நடக்கவும் வேண்டும். கேட்பவர்கள், நடப்பவர்கள் ஜெயிக்கிறார்கள்.

வெற்றி பெற முதலில் நமக்கு நம்முடைய ஒத்துழைப்பு வேண்டும். முழுமையான ஒத்துழைப்பு. கல்வி, பயிற்சி, ஒழுக்கம், முயற்சி, மேம்பாடு எதுவும் சுய ஒத்துழைப்பில்லாமல் சாத்தியமில்லை.

➤➤➤

வெற்றி பெற நம் ஒத்துழைப்பு வேண்டும். கல்வி, பயிற்சி, ஒழுக்கம், மேம்பாடு எதுவும் சுய ஒத்துழைப்பில்லாமல் சாத்தியமில்லை.

11

வளர்ச்சி கட்டாயம்

அலுவலகம் போகும் நேரம். அண்ணா மேம்பாலம் அடியில் ஒரு சிக்னலில் இருந்தேன். வண்டிக்குள் இருந்து சுற்றிலும் நடப்பதைப் பார்த்தேன். திரும்பிய பக்கம் எல்லாம் கார்கள், ஸ்கூட்டர்கள், மோட்டார் சைக்கிள்கள். நடப்போர் வெகுசிலரே கண்ணில் பட்டார்கள். பச்சை விளக்கு எரிய ஆரம்பித்ததும் எல்லா வண்டிகளும் முந்தியடித்தன. ஒன்றையொன்று முந்தின. ஒரு சைக்கிள்காரரும் வேகமாக மிதித்தார். ஆனால் அவரால் அவ்வளவு வேகம் போக முடியவில்லை. அங்கே இருந்த போக்குவரத்து போலீஸ்காரரும் சைக்கிள் காரரைத்தான் அதட்டினார். மொத்தத்தில் சைக்கிள்காரர்தான் அங்கு பெரும் அவதிக்குள்ளானார்.

அவர் செய்த தவறு என்ன? அங்கே சைக்கிள் ஓட்டக்கூடாதா என்ன? ஓட்டலாம். தடை ஏதும் இல்லை. ஆனாலும் அவருக்குச் சிரமம். காரணம், அவர் அங்கே அவுட் ஆஃப் ப்ளேஸ் (Out of Place). பெரும்பாலானவர்கள் மோட்டார் வாகனங்கள் ஓட்ட, இவர் மட்டும் சைக்கிள் என்றால், அது அங்கே out of sink. ஒத்துவரவில்லை. ஒட்டவில்லை.

இந்த சைக்கிள்காரர் உதாரணமும் அதே செய்தியைத் தெரிவிப் பதற்குத்தான். ஒரு காலத்தில் பிரமாதமாக இருந்ததுதான் சைக்கிள். இப்போது பலரும் மோட்டார் வாகனங்கள் வாங்கிவிட, அவர்கள்

வேகமாகப் போகும் இடங்களில் சைக்கிள் தொந்தரவாக இருக்கிறது.

வளர்ச்சி வேண்டும். தொடர்ந்து வளர்தல் வேண்டும். முந்தைய சாதனைகள் மட்டும் போதாது. காரணம், சுற்றியுள்ள உலகம். எவரெவரோ புதுப்பணத்துடன் வந்து பழைய வீடுகளை வாங்குவதைப்போல உலகம் தொடர்ந்து மாறிக்கொண்டே இருக்கிறது. மேலே மேலே போடப்படும் சாலைபோல வளர்ந்து கொண்டே இருக்கிறது. இது பணத்திற்கு மட்டுமல்ல, அறிவிற்கும் பொருந்தும். பழையது என்பது ஒருகாலத்தில் போற்றப் பட்டதுதான். ஆனாலும் எல்லா காலத்திற்கும் போதாது.

➤➤➤

தொடர்ந்து வளர்தல் வேண்டும்.
காரணம், சுற்றியுள்ள உலகம்
மாறிக்கொண்டே இருக்கிறது.

12

தொடர்ந்து வளர்தல் வேண்டும்

சென்னையில் அமைந்திருக்கும் ஓர் அமைதியான காலனி அது. ஒரு காலை நேரம் அகலமாக இருந்த அந்தக் காலனியின் தெருக்கள் வழியாக நடந்து போய்க் கொண்டிருந்தேன்.

இரண்டு பக்கமும் பெரிய பெரிய வீடுகள். சில பத்து இருபது ஆண்டுகளுக்கு முன்பாகக் கட்டப்பட்ட பங்களாக்கள். வேறு சில சமீபத்தில் கட்டப்பட்ட பெரிய வீடுகள். அந்த வீடுகளை எல்லாம் பார்த்தபடியே நடந்தேன்.

பழைய வீடுகளின் மீது கவனம் போனது. மிகப்பெரிய வீடுகள். அடேங்கப்பா! அந்தக் காலத்திலேயே எவ்வளவு பெரிய வீடுகள் கட்டியிருக்கிறார்கள்! இப்படிக் கட்ட, அவர்கள் எவ்வளவு சம்பாதித்திருக்க வேண்டும், எவ்வளவு செல்வாக்காக இருந்திருக்க வேண்டும் என்று நினைத்துக்கொண்டேன்.

உடன் பக்கத்திலேயே இருந்த ஒரு புதிய கட்டடத்தையும் பார்த்தேன். மிக சமீபத்தில்தான் கட்டப்பட்டிருக்க வேண்டும். அந்தப் புதிய கட்டடத்தின் உரிமையாளர் பெயர், வாசல் அருகில், மதில் சுவற்றில் பதிக்கப்பட்டிருந்த பித்தளைத் தகட்டில் பளபளப்பதும் கண்ணில்

பட்டது. அவர் புது பணக்காரர். யாரிடம் இருந்தோ, அந்த இடத்தினை வாங்கி மிகப்பெரிய வீடு கட்டிக் கொண்டிருக்கிறார் என்று நினைத்துக்கொண்டேன்.

இவர் வாங்கியிருக்கிறார் என்றால், யாரோ விற்றிருக்கிறார்கள். அவ்வளவு நல்ல இடத்தில் கட்டியிருந்த வீட்டை விரும்பியா விற்றிருப்பார்கள்? நல்ல விலைக்கே விற்றிருந்தாலும்கூட, விற்றுவிட்டார்களே!

இப்போது அங்கே இருக்கும் பழைய பெரிய வீடுகள், இன்னும் எவ்வளவு காலத்திற்கு அவர்களிடமே இருக்கும்? வேறு புதிய பெரிய பணக்காரர்கள் வந்து விலைக்குக் கேட்கும்வரை இருக்கலாம். அப்படி எவரும் கேட்டாலும் இவர்களால் கொடுக்காமல் இருக்க முடியாதா என்ன? தவிர்க்கலாம். மறுக்கலாம். ஆனால் புதிய பணக்காரர்கள் கூடுதல் விலை கொடுக்கத் தயார் என்பார்களே! அள்ளிக் கொடுக்கவும் செய்வார்களே!

கொடுப்பதற்குச் சக்தி வேண்டும். மறுப்பதற்கும் சக்தி வேண்டும். சக்தி இருப்பவர் வெற்றி பெறுகிறார். முன் காலத்தில் சக்தி இருந்ததனால் வாங்க முடிந்தது. இன்று புதியதாக வாங்க வேண்டாம். இருப்பதைத் தக்க வைத்துக்கொள்ளவே சக்தி தேவை.

இல்லாவிட்டால் சக்தி படைத்தவர்கள், வாங்கிக் கொண்டு விடுகிறார்கள்.

தொடர்ந்து நடந்தேன். இது வேறு இடம். சாலை நன்றாக இருந்தது. தார் சாலை. ஏற்கெனவே போடப்பட்டிருந்த சாலையின் மீது மீண்டும் மீண்டும் ஜல்லி பரப்பி தார் ஊற்றி ரோலர் போடுகிறார்கள். விளைவு? சாலை உயர்ந்துகொண்டே போகிறது. சில பல ஆண்டுகளில் அதன் உயரம் கணிசமாகவே அதிகரிக்கிறது.

சாலை ஓரம் இருக்கும் வீடுகள் கட்டப்பட்டபோது சாலையின் உயர்த்தினைவிட, வீட்டினை உயர்த்திக் கட்டியிருந்தார்கள். சாலையில் ஓடக்கூடிய மழைத் தண்ணீரோ வேறு தண்ணீரோ வீட்டிற்குள் வந்துவிடாது.

ஆனால் சாலைகள் தொடர்ந்து மேம்பாடு செய்யப்பட, வீடுகள் மட்டும் அப்படியே அதே போல இருக்க, உயர வேறுபாடுகள் வந்துவிட்டது. சில வீடுகள் பள்ளத்தில் கட்டப்பட்டது போலகூட ஆகிவிட்டன!

முதலில் அந்தப் பெரிய காலனியில் பார்த்த 'பழைய - புதிய வீடுகளுக்கும்' இந்தச் சாலை உயர்வு காரணமாக 'தாழ்ந்து போனதுபோலத் தெரியும் வீடுகளுக்கும்' இடையே உள்ள ஒற்றுமை என்ன?

முன்பு சிறப்பாகவே இருந்திருந்தாலும் தொடர்ந்து உயரா விட்டால் சிரமம் என்பதுதான் ஒற்றுமை.

இரண்டு உதாரணங்களும் சொல்லும் செய்தியும் அதுதான்.

➤➤➤

சக்தி இருப்பவர் வெற்றி பெறுகிறார். முன்பு சக்தி இருந்ததனால்தான் வாங்க முடிந்தது. இன்று இருப்பதைத் தக்க வைத்துக் கொள்ளவே சக்தி தேவைப்படுகிறது.

13

திறனுக்கு மதிப்பு

ஒரு ஜே.சி.ஐ. கூட்டத்தில் பேசுவதற்காகக் கோவில்பட்டி போயிருந்தேன். கூட்டம் மாலையில்தான் என்பதால், காலையில் சில தீப்பெட்டித் தொழிற்சாலைகளைப் பார்க்கப் போயிருந்தோம்.

முதலில் முழுவதும் மேனுவலாக (எந்திரங்கள் உதவி இல்லாமல்) தீப்பெட்டிகள் தயாரிக்கப்படும் ஒரு சிறு ஆலைக்குப் போனோம்.

குவியல் குவியல்களாகக் கொட்டி வைக்கப்பட்டிருந்த, மருந்து நனைத்துக் காயவைத்தத் தீக்குச்சிகள். அதற்கு அருகிலேயே காலித் தீப்பெட்டிகள்.

நடுத்தர வயதுள்ள பெண்கள் சிலர் கால்களை நீட்டித் தரையில் உட்கார்த்தபடி, அந்தத் தீக்குச்சிகளைக் குறிப்பிட்ட எண்ணிகையில் எடுத்து, தீப்பெட்டிகளில் போட வேண்டும். பின்பு மூடி நகர்த்தி வைக்க வேண்டும். இதுதான் வேலை.

அந்தப்பெண்கள் ஒரு தீப்பெட்டிக்குள் வைக்க வேண்டிய அளவுக்கு சரியான எண்ணிக்கையிலான குச்சிகளை எடுத்த திறன், எதுவும் கீழே சிதறாமல், ஒரே பக்கம் மருந்துக்கொண்டைகள் இருக்குமாறு பெட்டிக்குள் வைத்த லாகவம், பெட்டியை டப்பாவிற்குள் தள்ளி மூடிய வேகம் எல்லாம் என்னைப் பிரமிக்க வைத்தது.

என் கேள்விகளுக்குப் பதில் சொல்லியபடியே அவர்கள் மிக வேகமாக வேலை செய்தார்கள்.

பாராட்டியபோது, இதென்ன சார்! என்னை விட வேகமாக செய்யுறவங்க இருக்காங்க என்றார் ஒரு பெண்மணி. ஊதியம் கேட்டேன். நாள் ஒன்றுக்கு 100 ரூபாய்க்கும் குறைவாகச் சொன்னார்கள் (பல ஆண்டுகளுக்கு முன்பு).

அடுத்து எந்திரமயமாக்கபட்ட மற்றொரு தீப்பெட்டித் தொழிற் சாலைக்கு அழைத்துப்போனார்கள். மரத்தைச் சீவுவது குச்சிகளாக வெட்டுவது, மருந்து நனைப்பது, உலர்த்துவது, பின் லட்டாக்களில் அடைத்து பேக் செய்வது வரை எல்லாம் தானியங்கி மயமாக (Automatic) வேலை நடந்தது. பெரிய நீள்சதுரமான அந்த உற்பத்திக் கூடத்தில் பணியாளர்கள் என்று எண்ணி மூன்றே நபர்கள் தான். மெக்கானிக், எலெக்ட்ரிஷியன் மற்றும் சூப்பர்வைசர்.

தீப்பெட்டிகளாக அல்ல, பெரிய பெரிய கார்டூன்களாகவே வந்து விழுந்த வண்ணம் இருந்தது.

எனக்குள் சிந்தனை எழுந்தது. சற்றுமுன் மேனுவலாகத் தயாரிக்கப்படும் ஆலையில் பார்த்த அந்தக் கைத்திறன் மிக்க

நாளுக்குநாள் மாற்றங்கள்
வந்து கொண்டேயிருக்கின்றன.
புதிய திறன்களையும் வேலைகளையும்
கற்றுக்கொள்வது அவசியம்.

பெண்களுக்கு, இந்த எந்திரமயமாக்கப்பட்ட ஆலையில் வேலை கிடைக்குமா என்று யோசித்தேன்.

கிடைக்குமா? தரமாட்டார்கள். காரணம், அந்த வேலைகளை எந்திரங்கள் செய்கின்றன. மேனுவல் ஆலை எவ்வளவு நாட்கள் ஓடும்! இனி அந்தப் பெண்கள் எந்திரத்தில் வேலை செய்யக் கற்றுக்கொண்டால்தான் இந்த ஆலையில் வேலை, ஊதியம்.

மாற்றங்கள் வந்து கொண்டேயிருக்கின்றன. முன்பு செய்ததையே சிறப்பாகச் செய்தாலும் வாய்ப்புகள் குறைவு அல்லது இல்லை. புதிய திறன்கள் பெறவேண்டும்.

➤➤➤

14

கோளாறுகளும் விளைவுகளும்

சில ஆண்டுகளுக்கு முன் தினமணி நாளிதழில் நான் எழுதிய நடுப்பக்க கட்டுரை ஒன்றின் ஒரு பகுதி கீழே கொடுக்கப்பட்டுள்ளது. 'அதிகாரம் அல்ல, அன்பு' என்பது கட்டுரையின் தலைப்பு.

> எல்லோரும் மனிதர்மள். ஆசாபாசங்மள் உள்ளவர்மள். அவர்மளை அவர்மளாமவே பார்ப்பவர்மளிடம், அவர்மளை சரியாம புரிந்துமொள்ளுபவர்மளிடம், எவருக்கும் அன்பு பிறக்கிறது. தங்மள் ஆசைமளை நிறைவேற உதவுபவர்மளிடம் பாசம் வருகிறது. தன் தரப்பு நியாயத்தினை உணர்பவர் மளுக்மாம எதையும் செய்யலாம் என்கிற எண்ணம் வருகிறது.

என்ன இது, படிப்பதற்குச் சிரமமாக இருக்கிறதே என்று தோன்றுகிறதா? இருக்கலாம். ஆனாலும் முயன்றால் படித்துப் புரிந்துகொள்ளலாம். என்ன, அந்தக் கட்டுரையைத் தட்டச்சு செய்த என்னுடைய டைப் ரைட்டரில் அதுசமயம் சிறு கோளாறு ஒன்று இருந்தது. அப்போது டைப் செய்ததால் இப்படி அனுப்பினேன். அவர்கள் சரி செய்து வெளியிட்டார்கள்.

என் டைப் ரைட்டரில் என்ன கோளாறு?

சில கோளாறுகள் அதனளவில்
சிறியதாகவோ பெரியதாகவோ இருக்கலாம்.
அதன் தாக்கம் என்ன என்று பார்த்து
அந்தக் கோளாறுகளை முழுமையாகவும்
உடனேயும் சரி செய்யவேண்டும்.

அந்த டைப் ரைட்டரில் 'க' என்கிற எழுத்துத் தேய்ந்துவிட்டது. அதை சரி செய்யச் சொன்னால், கடைக்காரன், 'க' விற்குப் பதிலாக தவறுதலாக 'ம' எழுத்தைப் பொருத்திவிட்டான். அதனால் 'க' விழ வேண்டிய இடங்களில் எல்லாம் 'ம' விழுந்திருக்கிறது. அவ்வளவுதான்!

கோளாறு என்று பார்க்கப் போனால், அது மிகச்சிறிய கோளாறு தான். அத்தனை எழுத்துக்களில் ஒரே ஓர் எழுத்துதான் சரியில்லை. ஆனால் அதன் விளைவு எப்படியிருக்கிறது பார்த்தீர்கள் அல்லவா?

என்ன எழுதியிருக்கிறது என்றே படிக்க முடியாமல் செய்துவிட்டது அல்லவா? கோளாறு சிறியதாகவே இருந்தாலும் அது இருக்கும் இடம் காரணமாக விளைவு கடுமையானதாகி விட்டது. ஒருகால், பழுதாகிப் போன எழுத்து, 'க' விற்குப் பதிலாக, 'ஃ' ஆக இருந்திருந்தால், அப்படி ஒரு கோளாறு இருப்பது, பயன்படுத்தும் எனக்கேகூட தெரியாமல் போயிருக்கலாம். காரணம் 'ஃ; என்ற எழுத்தை எப்போதேனும் தான் பயன்படுத்துகிறோம்.

டைப் ரைட்டரில் இருக்கும் எழுத்துபோல, குடும்பங்களில், நிறுவனங்களில் கோளாறுகொண்ட சில மனிதர்கள் இருக்கலாம். கோளாறு என்றால் அவர்கள் முழுவதுமே கோளாரானாவர்கள் என்பதல்ல. அவர்களின் திறனில், அவர்களின் பேச்சில், பழக்கவழக்கங்களில், செயல்பாடுகளில் அக்கறைகளில், பொறுப்புணர்வுகளில் குறைபாடு இருக்கும்.

தனித்துப் பார்த்தால், ஒரே ஒரு நபர். அவரிடம் ஒரே ஒரு குறை. ஆனால், குடும்பத்தின், தொழிலகத்தின் அங்கத்தினராக, குழு

உறுப்பினராக, பிரதிநிதியாக அவர் செயல்படும்போது அந்தக் குறையின் விளைவுகள்?

நாம் போகும் ஒரு வங்கியின் கிளை அலுவலகத்தில் இப்படி ஒரு மனிதர் இருக்கிறார். அவருடைய குறை, அவர் எவரிடமும் எரிந்து எரிந்து விழுவார் என்பது. வேலை என்று அவரிடம் யார் எதை எடுத்துப்போனாலும் அவருக்குக் கோபம் வரும். விண்ணப்பம் சரியாக எழுதப்படவில்லை என்று சத்தம் போடுவார். நேரம் பார்ப்பார். வங்கி மூடும் நேரம் என்பார். அடுத்த கவுண்ட்டர் காலியாகத்தானே இருக்கிறது என்பார்.

அந்த வங்கிக் கிளையில் அவர் ஒருவர் மட்டும்தான் அப்படி. மற்றவர்கள் அப்படியில்லை. ஆனாலும், அங்கே போகும் வாடிக்கையாளர்களுக்குக் கிடைக்கக்கூடிய சேவையின் தரம் என்னவாக இருக்கும்? அதுவும், அந்த ஒரு மனிதர், கேஷ் கவுண்டரில் இருப்பவராக இருந்தால்!

ஒரு வீட்டில் ஒரு பகுதி பலமின்றி இருந்தால்? எந்திரம் அல்லது வாகனத்தின் ஒரு பகுதியில் கோளாறு என்றால்? ஒரு குடும்பத்தில் ஒரே ஒருவர் மட்டும் அப்படியிருந்தால்? பலர் கூடிவாழும் இடத்தில் ஒரேயொரு வீடு மட்டும் அப்படியிருந்தால்? ஒரு நிறுவனத்தின் மேலாளர்களில் ஒருவர் அப்படி அமைந்துபோனால்?

சில கோளாறுகள் அதனளவில் சிறியதாகவோ பெரியதாகவோ இருக்கலாம். அதல்ல பார்க்கவேண்டியது. அதன் தாக்கம் என்ன? பாதிக்கப்படுவது யார் அல்லது எவை? சில கோளாறுகளை அவை இருக்கும் இடம், நிலை கருதி, முழுமையாகவும் உடனேயும் சரி செய்யவேண்டும்.

➤➤➤

15

நிகழ் காலம், வருங்காலம்

சென்னை அண்ணா சாலை. போவதற்கு மூன்று, வருவதற்கு மூன்று என்று மஞ்சள் நிறக்கோடுகள் போட்டு பிரிக்கப்பட்டிருந்த நல்ல அகலமான சாலை. நண்பகல் நேரம். சாரை சாரையாக வாகனங்கள் போய்க் கொண்டிருக்கின்றன. நான் நிதானமாக என் வண்டியை ஓட்டிச் சென்று கொண்டிருந்தேன்.

என் வாகனத்தை முந்திச் செல்வதற்காக பின்னால் வரும் வண்டிகள், ஒலிப்பானை அலறவிட்டன. 'என்ன ஆயிற்று இவர்களுக்கு? எதனால் திடீரென்று இப்படி அவசரம் காட்டுகிறார் கள்!' என்று கவனித்துப் பார்த்தேன். காரணம் புரிந்தது.

தூரத்தில் இருந்த, அடுத்து நாங்கள் சந்திக்க வேண்டிய சிக்னலில் பச்சை விளக்கு ஒளிர ஆரம்பித்திருந்தது. அதுதான் பிற வண்டிகளின் திடீர் பதற்றத்திற்கும் வேகத்திற்கும் காரணம். பச்சை சிக்னல் மாறி சிவப்பு விழுவதற்குள் போய்விட வேண்டும் என்கிற வேகம்தான் ஒலிப்பானை அலற விட்டது.

கொஞ்சம் ஒதுங்கி வழி விட்டேன். சன்னல் வழியாக, கடந்து செல்பவர்களையும் கவனித்தேன். அவர்கள் பார்வை எல்லாம்

ஒன்றின் மீதுதான் குறியாக இருந்தது. அது, தூரத்தில் ஒளிரும் பச்சை விளக்கு! அது மாறுவதற்குள் அதனைக் கடந்துவிட வேண்டும் என்கிற ஒற்றை நோக்கத்துடன் வேகமாகப் போனார்கள்.

அவர்கள் பார்வை, தூரத்துப்பார்வை. தூரத்தில் நிலைகொண்டிருந்த பார்வை. அதன் காரணமாக, அருகில் நடந்தனவற்றை, அவர்கள் கவனிக்கும் மனநிலையில் இல்லை. அவர்களின் அசாதாரண வேகத்தினையும் முண்டியடிக்கும் செயலையும் கண்டு, சத்தம் போட்டவர்களை அவர்கள் கொஞ்சம்கூட பொருட்படுத்தவும் இல்லை. அவர்களின் ஒரே நோக்கம். தொலைவில் தெரியும் இலக்கினைக் கடப்பது.

வாழ்க்கையில் முன்னேற வேண்டும் என்பதற்காக படிப்பு, வியாபாரம், தொழில் முன்னேற்றம் என்று இலக்கு வைத்துக் கொண்டிருப்பவர்களின் நிலையும் இதே போன்றதுதான்.

தொலைவில் ஒளிரும் பச்சை விளக்கு மட்டுமே கண்ணில் படுவது போல, சுற்றிலும் நடப்பவற்றை அவர்கள் பொருட்படுத்தாதைத் போல, வாழ்க்கையில் முன்னேறத் துடிப்பவர்களும் அவர்களுடைய லட்சியங்களை மட்டுமே மனக் கண்ணில் பார்க்கிறார்கள். அதன் காரணமாக அருகில் நடப்பவை அவர்களைப் பாதிப்பதில்லை. சிரமங்கள், அலைச்சல், கூடுதல் உழைப்பு, நேரும் அவமானங்கள் போன்றவற்றை அவர்கள் சிறிதும் பொருட்படுத்துவதில்லை.

குறுகிய கால இன்பங்கள், சௌகர்யங்கள்
முக்கியமென்றால்... நீண்டகாலத்தில்
கிடைக்கக் கூடியவை கிடைக்காமல் போகும்.
நீண்டகாலத்தில் சிலது நமக்கு முக்கியம்
என்றால், நிகழ்காலத்தில் சிலவற்றை
விலையாகக் கொடுக்க வேண்டும்!

அவர்களின் ஒரே நோக்கம். அவர்கள் பார்வையில் படும் ஒன்றே ஒன்று, அவர்கள் மனதில் எப்போதும் இருப்பது, அந்த இலக்கு மட்டுமே. அப்படி இருப்பவர்களுக்கு எப்படி வெற்றி கிடைக்காமல் போகும்!

குறுகிய கால இன்பங்கள், சௌகர்யங்கள் முக்கியமென்றால்... நீண்டகாலத்தில் கிடைக்கக் கூடியவை கிடைக்காமல் போகும். படிக்கிற வயதில் படிப்பது, தொழில் தொடங்கிய காலத்தில், வியாபாரம் பெருகும் நேரத்தில் அதற்காவே உழைப்பது போன்றவை எல்லாம், தூரத்தில் ஒளிரும், வாய்ப்புகள் என்கிற பச்சை விளக்கினை மனத்திரையில் பார்த்தபடியே பயணிப்பது. அதற்காக பலப்பல உடனடி இன்பங்களையும் கேளிக்கைகளை யும் தவிர்த்துவிட்டு, வெற்றி நோக்கி ஓடுவதற்கு நிகரானது.

நீண்டகாலத்தில் சில நமக்கு முக்கியம் என்றால், நிகழ்காலத்தில் சிலவற்றை விலையாகக் கொடுக்க வேண்டித்தான் வரும். கொடுக்கலாம்!

►►►

16

பிரச்னைகளே வாய்ப்புகள்

பல சமயங்களில் நம்முடைய பிரச்னைகளுக்கான தீர்வுகள் நேரடியாக வராது. தீர்வுகளை நேரடியாக எதிர்பார்ப்பவர்கள்தான் வாழ்க்கையை ஒரு தோல்விக் களம் என்று நினைக்கிறார்கள். நமக்கு என்ன வேண்டும் என்பது பல சமயங்களில் நம் முன்னாலேயே இருக்கிறது. அதை வாய்ப்பு என்று கண்டுபிடிப்பவர்கள் ஜெயிக்கிறார்கள். வாய்ப்பு என்று தெரியாதவர்கள் தோற்று விடுகிறார்கள். வாய்ப்பு எல்லோர் முன்னாலும் நடமாடுகிறது. அது இல்லாத, நடமாடாத இடமே கிடையாது. சிலபேருக்கு மரத்தைப் பார்த்தால் மாங்காய்களாகத் தெரியும். சிலருக்கு மாங்காயே தெரியாது!

வாய்ப்புகளை எப்படிக் கண்டுபிடிப்பது?

சாய்ராம் என்கிற மாணவன் படித்தது பொறியியல் கல்லூரியில். வாடகைக்குப் புத்தகம் வாங்கிப் படிக்கிறான். அப்படிப் படிக்கிறவன் நம்மைப்போல எத்தனையோ பேர் இப்புத்தகங்களை வாடகைக்கு வாங்கிப் படிக்கிறார்களே! இவற்றை யார் வாங்கிக் கொடுக்கிறார்கள் என்று யோசிக்கிறான். இதுதான் கூடுதலாகப்

நம்மிடமிருக்கிற திறமையை
அதன் உச்சபட்சத்தில் கொண்டு
செல்கிறபோது, அதனுடைய பரப்பளவு
விரிவடைந்து, பெரிய பலனைத் தருகிறது.

பார்க்கிற பார்வை என்பது. அதாவது மூன்றாவது கண் கொண்டு பார்ப்பது.

புத்தகம் வாடகைக்குக் கிடைத்தால் வாங்கிப் படிப்பது சாதாரணம். வாடகைக்குக் கொடுக்கிறாரே, அவர் யார்? அவருக்கு அதில் என்ன லாபம்? அவர்போல எத்தனை பேர் புத்தகங்களை வாடகைக்குக் கொடுத்துக் கொண்டிருக்கிறார்கள்? இதனுடைய மொத்த சந்தை மதிப்பு என்ன? என்பதெல்லாம் அந்த இளைஞனுக்கு சிந்திக்கத் தோன்றியிருக்கிறது. அதன் விளைவாக பின்பு சொந்தமாக அவனே ஒரு வாடகைப் புத்தக நிலையத்தை மூன்றாம் ஆண்டு படிக்கிறபோது தொடங்குகிறான். நான்காம் ஆண்டில் அதனைத் தொடர்கிறான். விரிவாக்குகிறான்.

கல்லூரிப் படிப்பு முடிகிறது. வாடகைப் புத்தக நிலையத்தை நடத்த விரும்பும் அவனை, குடும்பமே எதிர்க்கிறது. ஆனாலும் அவன் பொறியியல் பணிக்குப் போகவில்லை. எம்.வி. புக் என்கிற ஒன்றை ஆரம்பிக்கிறான். அது விஜய் டி.வி.யில் நடந்து கொண்டிருந்திருக்கிற 'யார் மனசுல யாரு?' என்கிற நிகழ்ச்சியை ஸ்பான்சர் செய்கிற அளவுக்கு வளர்ந்தது.

இதைத்தான் படித்தோம். இதைத்தான் செய்ய வேண்டும் என்கிற அவசியம் ஏதுமில்லை. படிக்கலாம். படிப்பது அவசியம். குறைந்தபட்சக் கல்வியாவது கண்டிப்பாக படிக்கவேண்டும். அதன் பிறகு எதை வேண்டுமானாலும் செய்யலாம். படிப்புக்குத் தகுந்த வேலை, கௌரவமான வேலை அதெல்லாம் ஒன்றும் அவசியம் இல்லை. நமது வாழ்க்கைத்தரத்தை உயர்த்திக் கொள்வதற்கான வாய்ப்புகளை பார்க்கத் தெரிய வேண்டும் அவ்வளவுதான்..

வாய்ப்பு இல்லை என்று சொல்வது மிகச் சுலபம். தொட்டது எல்லாம் கெட்டுவிட்டது என்று பழிபோடுவதும் மிகவும் சுலபம். இன்றைக்கு இருக்கிற பல அற்புதமான தொழில் வாய்ப்புகள் எல்லாம் பத்து ஆண்டுகளுக்கு முன் இல்லாதவை. இருபது வருடங்களுக்கு முன் யோசித்துக்கூட பார்க்க முடியாதவை. உலகம் வளர்கிற வேகத்தில் மக்களும் சந்தையும் பெருகுகிற வேகத்தில் எவ்வளவு சின்ன விஷயத்தையும் பெரிய சந்தையாக்க முடியும்.

நம்மிடமிருக்கிற திறமையை அதன் உச்சபட்சத்தில் கொண்டு செல்கிறபோது, அதனுடைய பரப்பளவு விரிவடைந்து, பெரிய பலனைத் தருகிறது.

வெகு சாதாரணமான திறமையை, அவற்றை எடுத்து மெருகேற்றி வைக்கிற இடத்தில் வைத்துப் பாருங்கள் பிறகு தெரியும் அதன் வீச்சு.

➤➤➤

17

பயங்களை வெல்வது

நண்பர் ஒருவரை வெகுநாட்களுக்குப் பிறகு சந்தித்தேன். அவர் முன்பிருந்த அளவுக்கு பருமனாகத் தெரியாததால், 'என்ன ரவி, எடை குறைந்ததுபோலத் தெரிகிறதே!' என்று கேட்டேன்.

மனிதர் சந்தோஷமாகிவிட்டார். தினமும் ஒருமணி நேரம் நீச்சல் செய்வதாகச் சொன்னார். 'டிசம்பர் மாதம் ஆயிற்றே! குளிருமே!' என்றேன். 'குளிரெல்லாம் தண்ணீரில் குதிக்கும் வரைதான். அதன் பிறகு தெரிவதில்லை' என்றார்.

'குதிக்கும் வரைதான். அதன் பிறகு தெரியாது'. இந்த வாக்கியம் எனக்குள் சில சிந்தனைகளைத் தூண்டிவிட்டது. ஒரு நிகழ்ச்சியில் என் நண்பர் உதயகுமார் பகிர்ந்துகொண்ட விஷயமும் உடனே நினைவிற்கு வந்தது.

1971. சென்னை லயோலா கல்லூரியில் பி.காம் படித்துக் கொண்டிருந்தார் உதயகுமார். அது சமயம் அந்தக் கல்லூரியில், 'டாக்கர்ஸ் கிளப்' என்று ஓர் அமைப்பு இருந்தது.

மேடைப்பேச்சு பயிற்சிக்காக, குறிப்பிட்ட தினங்களில், மாலை வேளைகளில் மாணவர்கள் கூடுவார்கள். பேச விரும்புகிறவர்கள் அவர்களுடைய பெயர்களை முன்கூட்டியே கொடுத்திருக்க வேண்டும் ஒவ்வொருவராகப் பேச அழைப்பார்கள்.

பேச வேண்டியவர்கள் ஒவ்வொருவருக்கும் வெவ்வேறு தலைப்புகள் தரப்படும். என்ன தலைப்பில் பேச வேண்டும் என்பதை முன்கூட்டிச் சொல்லமாட்டார்கள். மேடை ஏறிய பின்புதான் தெரிவிப்பார்கள். தலைப்பு கொடுத்ததிலிருந்து ஒரு நிமிட நேரம்வரை தலைப்பினைப் பற்றி அங்கேயே நின்று யோசிக்கலாம். சரியாக 60 வினாடிகள் முடிந்ததும் பேசத் தொடங்கிவிடவேண்டும். 2 நிமிடங்கள் பேச வேண்டும்.

உதயகுமாருக்கு டாக்கர்ஸ் கிளப் கூட்டத்தில் கலந்துகொள்ளப் பிடிக்கும். தவறாமல் அந்தக் கூட்டத்திற்குச் சென்றுவிடுவார். இயல்பாகவே சற்றுக் கூச்ச சுபாவம் உள்ளவர் உதயகுமார். அவர் அந்த கிளப்பில் மேடைப்பேச்சில் பங்கேற்பவர்களைக் கண்டு மிகவும் ஆச்சரியப்படுவார். அதுவும் பேச்சாளர்கள் திடீர் தலைப்பு களுக்கு உடனடியாகத் தங்களை தயார்படுத்திக் கொள்வதும், அதுமட்டுமன்றி சுற்றிலும் அத்தனை பேர் நின்று அவர்களைக் கவனிக்கும்போது அசராமல் சரளமாகப் பேசி கை தட்டல் பெறுவதைக்கண்டு மிகவும் வியப்பார். ரசிப்பார்.

அப்படி ஒருநாள் அவர் உட்கார்ந்து மற்றவர்கள் பேச்சைக் கேட்டுக் கொண்டிருக்கையில், 'அடுத்து பேச வருபவர், உதய குமார்' என்கிற அறிவிப்பு வந்தது. 'அட! நம் பெயரில் இன்னொருவரா! யார் அது?' என்று சுற்றுமுற்றும் பார்த்திருக்கிறார். எவரும் எழுந்து மேடைக்குப்போகவில்லை. பக்கத்தில் அமர்ந்திருந்த நண்பர்கள் அவரைப் பார்த்து, 'என்ன பார்க்கிறாய். உன்னைத்தான் கூப்பிடுகிறார்கள் போ உதயா!' என்று சொல்லியிருக்கிறார்கள்.

உதயகுமாருக்கு வியர்த்துவிட்டது. 'என்ன நானா? நான் பெயர் ஏதும் கொடுக்கவில்லையே' என்று சொல்ல, அதற்குள் 'உதயகுமார், உதயகுமார்' என்று மைக்கில் தொடர்ந்து அழைப்பு வந்தது. வேறுவழியில்லை. உதயகுமார் எழுந்துபோய்விட்டார்.

அவருக்குத் தலைப்பு கொடுக்கப்பட்டது. சினிமா என்பதுதான் தலைப்பு. கடினமான தலைப்பல்ல. என்ன வேண்டுமானாலும் பேசலாம். ஆனால் அவருடைய கால்கள் பஞ்சுபோல லேசாகி விட்டன. நிற்கமுடியவில்லை. வாய் உலர்ந்துவிட்டது. மேசை மீதிருந்த கடிகாரத்தின் வினாடி முள் நகர்கிற சத்தம் அவருக்குப் பெருஞ் சத்தமாகக் கேட்டது. 60 வினாடிகள் முடிந்தற்கு அடையாளமாக, மேசை மீது ஓங்கி ஒரு தட்டு தட்டினார் நடுவர். பேச ஆரம்பிக்க வேண்டும்.

இரண்டு முழு நிமிடங்கள். என்னவோ பேசினார் உதயகுமார். முடித்தார், ஓடி வந்து தன் நாற்காலியில் அமர்ந்து கொண்டு விட்டார். அன்றைக்கு அவர் பேசியது படுசுமாரான பேச்சு. அதைப் பேச்சு என்றுகூட சொல்லமுடியாது. என்னென்னவோ தொடர்பில்லாமல் சொல்லிவிட்டு வந்துவிட்டார். வியர்த்து விறுவிறுத்து, கைகால்கள் சில்லிட்டு... வாய் குளறி...

இன்றைக்கு அவர் மிகவும் மதிக்கப்படுகிற ஒரு பயிற்சியாளர். நிறுவனங்களில் உயரதிகாரிகளுக்குப் பயிற்சி அளிப்பதற்காக மூன்று நாட்கள் கூட தொடர்ந்து பேசுகிறார். பல நாடுகளுக்கும் போய்வருகிறார். அவருடன் படித்தவர்கள், 'அவரா, இவர்?' என்று ஆச்சரியப்படுகிறார்கள். இந்த மாற்றம் எப்படி வந்தது? நிகழ்ந்தது எப்படி? நிகழ்த்தியது எது?

அவரே அதைப்பற்றி சொல்லும் போது, யாரோ பெயர் கொடுத்து 'டாக்கர்ஸ் கிளப்'பில் மாட்டிவிட்ட அந்தக் கன்னிப்பேச்சுதான் அவருடைய வெற்றிகளுக்குக் காரணம் என்கிறார். அந்த முதல் 60

எதையும், எல்லாவற்றையும், எல்லோராலும்
செய்யமுடியும், சாதிக்கமுடியும்.
அதற்கு முதலில் தன்னை நம்பவேண்டும்.
தனது பயத்தை, தயக்கத்தை
வெல்லவேண்டும்.

வினாடிகளும் அதற்கு அடுத்த 120 வினாடிகளும் அவருக்குள் மிகப்பெரிய மாற்றத்தினை உண்டாக்கியிருக்கின்றன. அந்த மூன்று நிமிடங்கள் அவரைப் புடம் போட்டுவிட்டன.

சர்க்கஸ்களில் அந்தரத்தில் ஆடும் பார் விளையாட்டில் உயரத்தில் தலைகீழாகத் தொங்கியபடி, மற்றொரு பாரை பிடிப்பதற்காக, அப்போது பிடித்திருக்கும் பிடிமானத்தை விடுவார்களே, அதுபோன்ற அனுபவம் அது. ஒன்றை விட்டாயிற்று. அடுத்ததைப் பிடிக்கவேண்டும். தவறவிட்டால் அவ்வளவுதான். இதுவும் இல்லாமல் அதுவும் இல்லாமல், இடையில் நகரும் அந்த ஒரு வினாடிக்கும் குறைவான நேரம் அது.

தன்னால் சரியாகப் பிடிக்க முடியுமா என்கிற சந்தேகமும், பிடிக்காவிட்டால் என்னாகும் என்கிற பயமும் முதல் முறை செய்பவர்களிடம் இருக்கும். ஏற்கெனவே செய்து பார்த்தவர்களுக்கு அந்தப் பயம் இருக்காது.

அதே சூழ்நிலைதான். இதுதான் இவ்வளவுதான் என்று தெரிந்துகொண்டுவிட்ட அனுபவம்தான். Fear of Unknown என்கிற தெரியாததைப் பற்றிய அச்சம் என்பது பரிச்சயமானதில் இருக்காது.

முதன்முதலாக இருக்கிற பயம் அடுத்தடுத்த முயற்சிகளில் முழுவதும் போகாவிட்டாலும், கண்டிப்பாகக் குறைந்துவிடும். போகப்போகக் காணாமல் போய்விடும்.

வெற்றி பெற்ற ஒருவரிடம் கேட்டார்கள், ‘உங்கள் வெற்றிகளுக்கு என்ன காரணம்?’ அவர் சொன்னார், ‘நான் எடுத்த சரியான முடிவுகள்தான்.’

‘அப்படியா? உங்களால் எப்படி சரியான முடிவுகள் எடுக்க முடிந்தது?’ என்றதற்கு, ‘அதற்கும் என்னுடைய அனுபவங்களே காரணம்’ என்றார்.

அடுத்து, ‘அந்த அனுபவங்கள் எப்படிக் கிடைத்தன?’ என்று கேட்டார்கள். ‘நான் எடுத்த தவறான முடிவுகள்தான் எனக்கு அந்த அனுபவத்தைத் தந்தது!’ என்றார்.

தவறாகிவிடுமா? வெற்றி கிடைக்காமல் போய்விடுமோ! கேலிக்குறியவர் ஆகிவிடுவோமா? இப்படிப்பட்ட பயங்கள்தான் சிலருடைய கைகளையும் கால்களையும் கட்டிப் போட்டிருக் கின்றன. இதனால்தான் அவர்கள் முயற்சிப்பதே இல்லை. Fear of Failure. தோல்வி வந்துவிடுமோ என்கிற பயம்.

உதயகுமார் தன்னால் பேச முடியாது என்று நினைத்திருக்கிறார். அதனால் ஒதுங்கியே இருந்திருக்கிறார். யாரோ பிடித்துத் தள்ளிவிட்டு விட்டார்கள். அதனால் முயற்சித்தார். அவர் மூழ்கி விடவில்லை. ஏதோ செய்து வெளியே வந்துவிட்டார். அதன் பிறகு அவருக்கு மேடைப்பேச்சு குறித்த பயம் போயேபோய் விட்டது. பேசியே பயிற்சி கொடுக்கும் வெற்றியாளர் ஆகிவிட்டார்.

தண்ணீருக்குள் குதிக்காதவரை தான் குளிர். குதித்தபின் இல்லை. குதித்தால்தான் அது தெரியும். குதிப்பதற்கு முன்னும் பின்பும் இருக்கிற அந்த ஒரு சில நொடிகள் தான் பிரச்னை. அவற்றைத் தீண்ட நமக்கு வேண்டியது தைரியம். அது போதும்.

எதையும், எல்லாவற்றையும், எல்லோராலும் செய்யமுடியும். எல்லோராலும் சாதிக்கமுடியும். அதற்கு முதலில் தன்னை நம்ப வேண்டும். பரீட்சித்துப் பார்க்க வேண்டும். தயக்கத்தைத் தள்ளவேண்டும்.

வெல்லவேண்டியது வேறெதையும் இல்லை. நமது பயத்தை, தயக்கத்தைத்தான்! அதை வென்று விட்டால் மற்ற எல்லாவற்றையும் வெல்லலாம்.

➤➤➤

18

நிறைய அல்ல நிறைவாக

ஒரு விழாவுக்குப் போகிறோம். பரிசுப் பொருள் கொடுக்கிறோம். சின்ன தங்கக் தோடு. விலை ரூபாய் 1500. மற்றொருவர் அதை விட அதிக விலைக்கு வாங்கிய மரச்சாமான் ஒன்று பரிசாக கொடுக்கிறார்.

எதை பத்திரமாக எடுத்து உள்ளே வைப்பார்கள்? எதற்கு மதிப்பு அதிகம்? தங்கத்திற்குத்தானே!

அளவில் மிகச் சிறியதாக இருந்தாலும் தங்கத்தைத்தான் எடுத்து உள்ளே பத்திரமாக வைப்பார்கள். காரணம், அதன் மதிப்பு அடர்த்தி. சிறிய பொருளுக்கே அவ்வளவு விலை மதிப்பு.

அளவு என்ன என்பதல்ல. மதிப்பு என்ன என்பதுதான் பேச்சு. அதைத்தான் கவனிக்கிறார்கள்.

நம்முடைய சின்னச் செயல்கூடத் தரமாக இருக்க வேண்டும்.

நிறைய செய்யவேண்டும் என்பதில்லை. செய்வதை நிறைவாகச் செய்யவேண்டும். அதிகம் பேச வேண்டும் என்பதில்லை. நாம் பேசினால் கவனிக்க வேண்டும். அதற்கு மதிப்பு கொடுக்க வேண்டும்.

நிறைய செய்யவேண்டும் என்பதில்லை.
செய்வதை நிறைவாகச் செய்யவேண்டும்.
நன்றாகச் செய்யவேண்டும்.
அதில் முத்திரை பதிய வேண்டும்.

பொறியாளர்கள் தினம் கொண்டாடப்படுவது, விஸ்வேஸ் வரய்யா பிறந்த நாளான செப்டெம்பர் 15 அன்றுதான். அவர் மிகச் சிறந்த எஞ்சினியர் என்று பெயரெடுத்தவர். அணைகள் கட்டியவர்.

அவர் சொல்வார், Whatever is worth doing is worth doing well. 'எது ஒன்று செய்யத் தகுந்ததோ, அது நன்றாகவே செய்யத் தகுந்தது'. என்று சொல்லலாம்.

நாம் ஒன்றைச் செய்கிறோம் என்றால் அதில் நம் முத்திரை பதிய வேண்டாமா? நமக்கென்று தரம் இருக்கிறதே. அது . நம் செயல்பாடுகளில் தெரியவேண்டாமா?

அவசியம் தெரியவேண்டும்.

➤➤➤

19

நடந்தவை, நடப்பவை

தில்லி அளவு இல்லாவிட்டாலும் சென்னையில் கார் ஓட்டு வதிலும் சில சிரமங்கள் உண்டு. வேகமாகப் போகிறேன், முந்துகிறேன் என்று பரபரப்பாக வண்டி ஓட்டும் பலருக்கும் மத்தியில்தான் நாம் வண்டி ஓட்டவேண்டியிருக்கிறது! அவர்கள் வேகமாகப் போவது பற்றி நமக்கு வருத்தமேதுமில்லை. ஆனால் பறப்பவர்கள் சும்மா போகமாட்டார்களே. நம் வண்டிமீது உரசுவார்கள். நம் வண்டியின் பக்கவாட்டுகளில் கீறல்கள் விழும்.

அதிலும் குறிப்பாக இரு சக்கர வாகனங்கள் மற்றும் ஆட்டோக்கள். சிக்னலில் நிற்கும்போதுகூட முன்னேறிச் சென்றுவிடத் தவிப்பார்கள். கண்ணில்படும் சிறிய இடைவெளியைக்கூட விடமாட்டார்கள். உட்புக முயல்வார்கள். அப்போதுநிகழ்வதும் வண்டி மீதான உரசல்களே.

அது எனக்கும் நேர்ந்தது. நான் வைத்திருக்கும் அழகிய சாம்பல் நிறக் காரின் முன்பக்கங்கள் மட்டுமல்ல, பின் பக்கம் மற்றும் கதவுப்பக்கமும் கூட நாளாக நாளாக சின்னச் சின்னதாக கீறல்கள் வந்து சேர்ந்தன.

ஒன்று இரண்டு மூன்று என்று அது நேர நேர, அதுவும் கார் புதியதாக இருந்த நேரம், ஒவ்வொரு கீறலும் மனதில் விழுந்த கீறல்போலவே வலித்தது.

தைத்த நூல் அதிகமா நெய்த நூல் அதிகமா என்று சில வறியவர்களின் ஆடையைப் பற்றி கேட்பார்களே அப்படி, சக்கரத்திற்குப் பக்கம் இருக்கும் தகடுகளில் ஏகப்பட்டத் தீற்றல்கள்.

தொடக்க காலத்தில் உரசல் நடந்தபோது கோபம் வரும். வண்டியை நிறுத்திவிட்டு இறங்கிப்போய் பார்ப்பது, உரசியவரைக் கோபிப்பது, கீறலுக்காக எரிச்சல் படுவது என்று, காரில் விழுந்த கோடுகளுக்கு முக்கியத்துவம் கொடுத்துக் கொண்டிருந்தேன். ஒன்று இரண்டாகி இரண்டு நாலான பின்பு, அடுத்தடுத்த உரசல்களுக்கு வந்த கோபத்தின் அளவு குறைவுதான். பின்பு ஒரு சமயத்தில், வெறும் முணுமுணுப்போடு விட்டுவிட்டதும் உண்டு.

இது ஏன்?

முன்பு விழுந்தவையும் கீறல்கள்தான். பின்பு விழுந்தவையும் கீறல்கள்தான். கீறல்களில் வேறுபாடு இல்லை. ஆனால் தொடக்கக் காலத்தில் அவற்றுக்கு கொடுத்த முக்கியத்துவம் அதிகம். பின்னால் நடந்தவற்றுக்குக் குறைவு.

இதற்கு ஒரே ஒரு காரணம்தான். பொலிவுடன் இருக்கும் காரில் ஏற்படும் சேதம் வருத்தம் தருகிறது. சேதாரம் அதிகம் இ ருக்கிற காரில் விழும் கோடுகள் அழுத்தமாகவே இருந்தாலும் மனது அதிகம் அலட்டிக்கொள்வதில்லை. காரணம், ஏற்கெனவே படு சுமார்தான்.

இதில், இன்னும் ஒன்று விழுந்தால் என்ன, பத்து கோடுகள் விழுந்தால்தான் என்ன என்கிற மனப்பான்மை.

இந்த கார் உதாரணத்திற்கும் மனிதர்கள் அவர்களைப்பற்றி கொண்டிருக்கிற எண்ணங்களுக்கும் ஒற்றுமை உண்டு.

'என்னைப் பற்றி எவரும் தவறாக எண்ணிவிடக் கூடாது. என் பெயர் கெட்டுவிடக் கூடாது' என்றெல்லாம் சிலர் எண்ணுவார்கள். காரணம் அதுவரை அவர்களுக்குக் கெட்ட பெயர் ஏதும் இல்லை. புதிய பளபளப்பான கார் போலத்தான் அவர்கள் 'இமேஜ்'ஜும் இருந்திருக்கிறது. அப்படி இருந்தபோது அவர்கள் மீது குறை ஏதேனும் சொல்லப்பட்டால் அது வருத்தம் தந்திருக்கும். 'சொல்பவர் சரியில்லை', 'நான் ஒன்றும் அப்படி இல்லை' என்றெல்லாம் முயன்று, தன் நிலைபற்றி விளக்கி இருப்பார்கள். அதற்காகக் கவலைப்பட்டு இருப்பார்கள். புதிய காரில் விழுந்த கீறல்களுக்காகக் கவலைப்படுவது போலவே.

நாளாக நாளாகக் குறை சொல்பவர்கள் ஓரிருவர் என்ற நிலைபோய், அது பரவலாக அதிகரிக்க, ஒன்றிரெண்டு என்பது பல்கிப் பெருக, 'பலரும் தவறாகச் சொல்கிறார்கள். நீயும் சொல்கிறாயா? சொல்லி விட்டுப் போ' என்று சொல்பவர்களுக்கு முக்கியத்துவம் கொடுப்பதை விட்டுவிடுவார்கள். 'செத்த நாய்மீது எத்தனை லாரிகள் ஏறினால் என்ன' என்பது போல அல்லது குறிப்பிட்ட ஒருவருடனான சில அனுபவங்கள் தொடர்ந்து அப்படி ஆகிப்போக, 'சரி, அவர் என்னைப்பற்றி தவறான அபிப்பிராயம் கொண்டு விட்டார். இனி நான் சரியாகவே சொன்னாலும் நடந்துகொண்டாலும் என்ன ஆகப்போகிறது!' என்று விட்டு விடுவார்கள்.

அப்படித் தொடங்கிப் பின் இப்படி ஆகிப் போனவர்களைப் பார்த்திருக்கலாம் அல்லது நமக்கு அந்த அனுபவமும் நிலையும் கிடைத்து இருக்கலாம்.

இதை இப்படியே விட்டு விடலாமா? கீறல்களுக்கும் குறை களுக்கும் முற்றுப்புள்ளி வைப்பது எப்படி? அவற்றை வெறுக்கும் அதனால் தவிர்க்கும் மனநிலைக்கு மீண்டும் வருவது எப்படி?

'எத்தனையோ கீறல்கள்... சரி இருக்கட்டும்' என்று விட்டு விடாமல், காரைப் பழுது பார்க்கும் கூடத்திற்குக் கொண்டுபோய், டிங்கரிங், பெயிண்டிங் செய்து மீண்டும் பழைய சுத்தமான நிலைக்கு மீட்பதுபோல, அதன்பிறகு, 'இனி ஒரு கீறல்கூட விழ விட

> மற்றவரிடம் நம்மைப்பற்றி ஏற்பட்டுவிட்ட தவறான அபிப்ராயத்தை மாற்றலாம். நாம் நடந்து கொள்ளும் விதத்தில் அந்த மாற்றங்களைக் கொண்டு வரலாம்.

மாட்டேன்' என்கிற வைராக்கியம் கொண்டு, நடத்தையிலும் மாற்றம் கொண்டுவர ஊக்கம் பெறுவது எப்படி?

காரைச் சரி செய்யலாம், புதிதுபோல் ஆக்கிவிடலாம். மனதை? மற்றவரிடம் நம்மைப்பற்றி ஏற்பட்டுவிட்ட தவறான அபிப்ராயத்தை? இப்படி நினைத்துத்தான் பலரும் 'இனி என்ன? என்னை நம்பவா போகிறார்கள்? இனி எப்படி எனக்கு நல்ல பெயர் வரும்?' என்பது போலெல்லாம் அவர்களாக நினைத்துக்கொண்டு விட்டு விடுகிறார்கள்.

அதுபோல அபிப்பிராயங்களிலும் மாற்றங்கள் கொண்டு வரலாம். காரைப் பழுது பார்ப்பதற்கு ஆகும் செலவைப்போல இந்த மாற்றம் செய்வதற்கும் கொஞ்சம் செலவாகும். அந்தச் செலவின் பெயர், ஈகோ... இதுவரை செய்தவை அல்லது நான் செய்த, பேசிய குறிப்பிட்ட ஏதோ ஒன்று தவறானது என்று சம்பந்தப்பட்டவரிடம் மனதாரத் தெரிவிப்பது. மற்றவர்களிடமும், 'இனி நான் அப்படி இல்லை' என்று வெளிப்படையாக அறிவிப்பது. அப்படியே தொடர்ந்து உறுதியாகச் சொல்வது. நடந்து கொள்வது.

இப்படித் தொடர்ந்து செய்தால் என்ன ஆகும்?

அதன்பின் நம்மைக் கூர்ந்து கவனிப்பார்கள். சிறிய மாற்றங்களைக் கூடக் கவனிப்பார்கள். நாம் சொன்னதுபோலவே நடந்து கொள்வதைப் பார்த்தால், 'அட! ஆமாம். அவர் இப்போது முன்போல இல்லை' என்பார்கள். பழைய நிலை இனியில்லை. புது மனிதன் போலாகி விடுவோம். நடந்தவை நடந்தவையாக இருக்கட்டும். நடப்பவை நல்லவையாக மாறட்டும்.

►►►

20

தெரிந்ததும், தெரியாததும்

சென்னை மைலாப்பூர் நவசக்தி விநாயகர் கோவிலில் நின்றுகொண்டிருந்தேன். சந்நிதிக்கு மேலே, பித்தளைத் தகட்டினால் செய்யப்பட்ட அழகான எழுத்துக்களில் 'நவ சக்தி விநாயகர்' என்று எழுதப்பட்டிருந்தது. மனதிற்குள்ளாகவே இரண்டு முறை படித்தேன்.

உடன் வந்திருந்த நண்பர் மகனுக்கு அதனைக் காட்டினேன். 'என்ன?' என்றான். 'அதில் எழுதியிருப்பதைப் படி' என்றேன். விழித்தான். அவனால் படிக்க முடியவில்லை. காரணம், அவன் வடநாட்டில் அவனுடைய பெற்றோருடன் இருப்பவன். விடுமுறைக்காக சென்னைக்கு வந்திருக்கிறான். ஹிந்தி மற்றும் ஆங்கிலம்தான் படிக்கத் தெரியும். தமிழ் எழுதப் படிக்கத் தெரியாது.

அங்கே சுவற்றில் மாட்டப்பட்டிருந்த ஒரு நாள்காட்டியில் எழுதப்பட்டிருந்த ஹிந்தி எழுத்துக்களை அவன் சரளமாகப் படித்தான். ஆனால், பெரியவனான என்னால் அதனைப் படிக்க முடியவில்லை. அதே காரணம்தான். எனக்கு ஹிந்தி தெரியாது.

அப்போது, கோவிலுக்கு வெளியில் அமர்ந்துகொண்டு போவோர் வருவோரிடம் கையேந்திக்கொண்டிருந்த ஒரு யாசகன் பற்றிய யோசனை வந்தது. அவனால் அங்கே எழுதப்பட்டிருந்த ஆங்கிலம்

மற்றும் ஹிந்தி எழுத்துக்களைப் படிக்க முடியாமல் இருக்கலாம். அவனுக்கு ஆங்கிலம் மற்றும் ஹிந்தி மொழிகள் எழுதப் படிக்கத் தெரியாமல் இருக்கலாம்.

தமிழோ, ஹிந்தியோ, ஆங்கிலமோ அங்கே அந்த எழுத்துகள் எழுதப்பட்டிருக்கின்றன. எழுத்துகள் அங்கே இருக்கின்றன. அவற்றுக்கு பொருள் இருக்கிறது. இது உண்மை.

ஆயினும் அந்த எழுத்துகளை எங்களில் சிலரால் படிக்க முடியவில்லை. அதன் பொருள் தெரியவில்லை. இதுவும் உண்மை.

எனக்கு தெலுங்கு(ம்!) தெரியாது. அதனால் தெலுங்கில் எழுதப் பட்டிருப்பவை எல்லாம், பொருளற்ற சங்கிலிகள் போலத்தான் தெரியும். ஹிந்தி எழுத்துக்கள் வெறும் கோடுகளாகத்தான் தெரியும். ஆனாலும் அவற்றுக்கெல்லாம் பொருள் உண்டு. அவற்றில் எவ்வளவோ தகவல்கள் இருக்கலாம். என்னால் படிக்க முடியவில்லை. அதனால் எனக்குத் தெரியவில்லை. அதற்காக அவை இல்லை என்றோ, அவற்றுக்குப் பொருளில்லை என்றோ நான் நினைத்துக்கொள்ள முடியுமா?

இப்படி இருப்பதைத் தெரிந்துகொள்ள முடியாமல் போவது மொழி, எழுத்துக்களில் மட்டுமில்லை, இன்னும் பலவற்றிலும்

இப்படித்தான் நடக்கிறது. ஆனால் இந்த அளவுக்கு வெளிப் படையாகத் தெரியாது.

நம் வீட்டிலேயே அல்லது நம் அலுவலகத்தில், நம் கடையில் பலர் இருக்கிறார்கள். திறமையானவர்களாக, நற்குணங்கள், நல்லியல்புகள் உள்ளவர்களாக அவர்கள் இருக்கலாம். கற்காத மொழியின் புரியாத எழுத்துக்களைப் போல, அவர்களைப் பற்றி நமக்கு சரியாகத் தெரியாமல் இருக்கவும் வாய்ப்பு உண்டு.

உணர்ந்துகொள்ள வேண்டியது இதைத்தான். நமக்குப் புரியாதவை எவ்வளவோ இருக்கின்றன. நமக்குப் புரியா விட்டாலும் அதில் எவ்வளவோ நல்லவை இருக்கலாம்.

நமக்கு வேண்டியவர் நம்மிடம் சிலவற்றைச் சொல்லலாம். அது நமக்கு விளங்காமல் இருக்கலாம். அதற்காக அவையெல்லாம் நல்லன இல்லை என்றோ, பொருளற்றவை என்றோ எண்ணிக் கொள்ள வேண்டாம்.

சிலருடைய செயல்கள் பற்றிக்கூட நமக்கு இப்படி அபிப்பிராயங்கள் வரலாம்.

தெரிந்து முடிவுக்கு வருவது வேறு. ஒருவரைப்பற்றி அல்லது ஒன்றைப்பற்றி தெரியாமல் இருக்கும்போது அவரைப் பற்றி அல்லது அவற்றைப்பற்றி அபிப்பிராயம் கொள்ளுவது வேறு.

➤➤➤

> நமக்குப் புரியாதவை எவ்வளவோ இருக்கின்றன. நமக்குப் புரியா விட்டாலும் அதில் எவ்வளவோ நல்லவை இருக்கலாம்.

21

கற்றல் சிரமமல்ல...

ராமசாமி வெங்கடாஜலம். வயது 41. காரில் அவரும் அவர் மனைவியும் போய்க்கொண்டிருந்தார்கள். காரை ஓட்டிக் கொண்டிருந்தது அவரேதான். மனைவிசொன்னார்கள், 'ஒரு டிரைவர் வையுங்களேன். உதவியாக இருக்கும். நானும் போக வேண்டிய இடங்களுக்கு உங்களை எதிர்பார்க்காமல் காரில் போய்வரமுடியும்.'

வெங்கடாஜலம் சொன்னார், 'ஏன்? நீயே கார் ஓட்டக்கற்றுக் கொள்ளேன். எங்கு வேண்டுமானாலும் எடுத்துப்போகலாம்.'

'ஏன்? ஓட்டுனர் சம்பளம் வீண் என்று பார்க்கிறீர்களா?'

'இல்லை. கற்றுக்கொண்டால், நீ யாரையும் எதிர்பார்த்து நிற்க வேண்டாம் அல்லவா? டிரைவர் உட்பட!'

'அய்யய்யோ நானா? கார் ஓட்டுவதா? அதிலும் இந்த சென்னை போக்குவரத்திலா?'

'ஏன் முடியாதா என்ன?'

கார் போய்க்கொண்டேயிருந்தது. வெங்கடாஜலம் யோசித்தார். 10 வருடங்களுக்கு முன் அவரும் இப்படி யோசித்தவர்தான். இன்று பிரமாதமாக ஓட்டுகிறார். எந்தப் பிரச்னையும் இல்லை. அவருடைய நண்பர் பொன்னுரத்தினம் என்பவர் செய்த உதவிதான் இது.

‘என்ன வெங்கடாஜலம்? கார் ஓட்டுவது என்பது மிகவும் எளிது. பார்க்கப்போனால், நீங்கள் தற்சயம் ஓட்டும் ஸ்கூட்டரைவிட காரை ஓட்டுவது எளிது. ஸ்கூட்டருக்கு இரண்டு சக்கரம்தான். பாலன்ஸ் செய்வது கடினம். கார் நாலு சக்கரமாதலால், நாம் தடுமாறிக் கீழே விழுவது என்பதே சாத்தியமில்லை’ - இப்படியே சொல்லிச் சொல்லி, நம்பிக்கை அளித்து, மிகச் சுலபமாகக் கற்றுக்கொடுத்து விட்டார்.

அந்த சமயத்தில் மட்டும் வெங்கடாஜலம் கற்றுக்கொள்ளத் தயங்கியிருந்தாரானால், இன்றுவரை, அவரால் காரை எடுக்கவே முடிந்திருக்காது. டிரைவர் வைத்து ஓட்டுவது தவறல்ல. கார் வைத்திருந்தும் ஓட்டக்கற்றுக்கொள்ளாமல் இருப்பதுதான் பிரச்னை. இரவு நேரம், ஓர் அவசரம் ஆடத்தென்றாலும் டிரைவருக்குத் தகவல் சொல்லி அவர் வீட்டிலிருந்து வரும்வரை காத்திருக்க வேண்டும் என்பது துரதிஷ்டம்தானே!

கார் மட்டுமல்ல. கம்ப்யூட்டர் கற்றுக்கொள்ளுவது, இணையம் வழி மெயில்கள் அனுப்புவது, இணையத்தில் வேண்டியதைத் தானே தேடுவது (Surfing / Browsing), புதிய மொழிகள் கற்றுக்கொள்ளுவது என்று இப்படிப் பல விஷயங்கள் நாம் தெரிந்துகொள்ளவும், கற்றுக் கொள்ளவும் இருக்கின்றன. தயங்காமல் நுழைந்து பார்த்து நமது திறமையை வளர்த்துக்கொள்வது வெகு சுலபம்தான்.

திறன்கள் (Skills) என்கிறார்கள். செய்யக்கூடிய திறமை. நாமே செய்யக்கூடிய திறமை. நீச்சல், விளையாட்டுகள், படிப்பது, பாடுவது, நடனம் ஆடுவது, தட்டச்சு செய்வது கம்ப்யூட்டரில் எழுதுவது, வரைவது, தேடுவது, பேசுவது இப்படிப் பலவிதமான திறன்கள் எவருக்குமே தேவைப்படுகின்றன. இப்போதைய உலகில் படிப்போடு இவையும் அவசியம்தான்.

இவற்றில் எதைக் கற்றுக்கொள்ளுவதும் ஒன்றும் சிரமமில்லை. ஆரம்பத்தில் எல்லாமே புரியாதது போலவேதான் இருக்கும். அது புதியது என்பதைத்தவிர வேறு காரணமில்லை. Everything is difficult before becoming Easy என்று ஆங்கிலத்தில் ஒரு கூற்று உண்டு. கைபழகுவது என்று சொல்லுவது இதனைத்தான்.

- *புரியவில்லையே!*
- *நம்மால் முடியுமா?*
- *சிரமமாக இருக்கிறதே!*, போன்றத் தயக்கங்களும்

- வேறு எவரேனும் செய்து கொடுத்தால் சிரமம், நேரம் எல்லாம் மிச்சம்தானே...
- நாம் செய்தால் சரியாக வராமல் போய்விடுமே, கேலி செய்வார்களோ...
- கோபிப்பார்களோ...

போன்ற இம்மாதிரி எண்ணங்கள் எல்லாம்தான் நமக்கு எதிரி.

சொல்லப்போனால், ஆரம்பத்தில் தவறாகச் செய்வதை பொறுத்துக் கொள்ளுவார்கள். சகித்துக்கொள்ளுவார்கள். ஆனால் போகப் போக, 'இன்னுமா தெரியவில்லை?' 'இன்னுமா தவறுகள்?' என்று கோபிப்பார்கள். 'இதுகூடத் தெரியவில்லையா?' என்று கேலியும் செய்வார்கள்.

அந்த அலுவலகத்தில் இராமனாதன் என்று ஓர் இளைஞர். அவரிடம் ஒரு புதிய பொறுப்பு கொடுக்கப்பட்டது. 500 நபர்களுக்கான மாத ஊதியம் கணக்குப் பார்த்துக் கொடுக்கும் வேலை. பொறுப்பான மதிப்புமிக்க வேலை.

அதற்குமுன் அந்தப் பொறுப்பை வைத்திருந்தவரிடம் இராமனாதன் போனார். அவர் சொன்னார், 'நீங்க ஒண்ணும் கவலைப்படாதீர்கள். நான் பார்த்துக்கிறேன்...' இராமனாதன் சொன்னார், 'இல்லை. நீங்க எப்படி செய்யணுமின்னு சொல்லுங்க. ஆனா நானே செய்யுறேன்.'

இராமனாதன் சொல்லியதும் செய்ததும் மிகச் சரி. 'அட! பரவாயில்லையே. நாம் சிரமப்பட்டுக் கற்றுக்கொள்ளாமலேயே இந்த பொறுப்பை நிர்வகிக்கலாம் போலிருக்கிறதே!

> எதையும் எவராலும் கற்றுக் கொள்ளமுடியும்.
> ஆரம்பம் என்றால் இன்னும் சுலபம்.
> கூடுதல் ஆதரவும் ஒத்துழைப்பும்
> அனுசரணையும் கிடைக்கும்.

இது சுலபமாயிற்றே!' என்று நினைத்திருந்தால், இராமனாதன் அவருக்கு முன் அந்தப் பொறுப்பைப் பார்த்துக்கொண்டவரைச் சார்ந்தே எப்போதும் இருக்க வேண்டிய நிலை வந்திருக்கும்.

பின்பு(ம்) அந்த நபர் வைத்ததுதான் சட்டமாக இருந்திருக்கும்.

எதையும் எவராலும் கற்றுக் கொள்ளமுடியும். ஆரம்பம் என்றால் இன்னும் சுலபம், இன்னும் ஆதரவும் ஒத்துழைப்பும் அனுசரணையும் கிடைக்கும்.

குழந்தை மொழி கற்றுக் கொள்ளுகிறதே அப்படி. மழலை ரசிக்கப்படக் கூடும். அதே குழந்தை வளர்ந்த பின்பும் தப்பும் தவறுமாகப் பேசினால்?

எனவே, கற்றுக்கொள்வோம் எதையும். தயக்கமே வேண்டாம். சுயசார்பே சிறந்தது.

➤➤➤

22

பயன்படுத்த வேண்டும்

திருச்சிக்குப் போயிருந்தேன். பெல் தொழிற்சாலையில் ஒருவரைச் சந்தித்தேன். அவர் பெயர் ராஜமாணிக்கம். அறிமுகப்படுத்திக் கொண்டு அவரது விபர அட்டையைக் கொடுத்தார். அவர் பெயருக்குக் கீழே ஏ, பி, சி, டியின் பல எழுத்துகள் நெருக்கமாக எழுதப்பட்டிருந்தன. எல்லாம் அவர் முடித்திருக்கும் படிப்புகள். பிகாம், பி.எஸ்.சி, எம்.ஏ, எம்.பி.ஏ, பி.ஜி.எல் என்று பலதுறையிலும் பல பல்கலைக்கழகங்களிலும் படித்துப் பட்டங்கள் வாங்கி இருக்கிறார். அதைச் சற்று ஆச்சரியத்துடன் பார்த்த நேரம், 'இப்போ எம்.பில் செய்யறேன். அடுத்து பி.எச்.டிதான்' என்றார் பெருமையாக.

அவர் செய்துவந்த வேலைக்கும் அவரது படிப்புகளுக்கும் ஏதும் தொடர்பில்லை. அவர் படித்து முடித்தவற்றைப் பயன்படுத்தி ஏதும் செய்ததாகவும் தெரியவில்லை. பிறகெதற்கு இவ்வளவு படிப்பு என்றுதான் தோன்றியது. இவரைப் போன்றவர்கள் ஒரு மாதிரி என்றால், எவர் எங்கே என்ன நல்ல வழி சொன்னாலும் கேட்டுக் கொள்கிறவர்கள், கர்ம சிரத்தையாக அவற்றை எழுதி வைத்துக் கொள்ளுகிறவர்கள் இன்னொருவகை.

இது நல்ல பழக்கமா? என்றால், நல்ல பழக்கம்தான். என்னைக் கேட்டால், ஓரளவு வரை இது சரி. ஆமாம் ஓரளவு வரைதான் இது சரி. தெரிந்துகொண்டதை எவ்வளவு தூரம் பயன்படுத்துகிறோம்

என்பதில்தான் பலனும் வெற்றியும் இருக்கிறது. வெறுமனே தெரிந்துகொள்ளுவதில் என்ன இருக்கிறது! தேடித்தேடி புத்தகங்கள் வாங்கலாம். வாங்கி அலமாரியில், வைத்துக்கொண்டாலே போதுமா? எவ்வளவு புத்தகங்கள் வைத்திருக்கிறோம் என்பதா கணக்கு? எத்தனை படித்தோம் என்பதுதானே கணக்கு! படித்ததில் எவ்வளவு நாம் உள்வாங்கினோம், நடைமுறைப்படுத்தினோம் என்பதுதானே முக்கியம். தேடுதல், சேகரித்தல் எல்லாமும் அவசியம்தான்; அதைவிட முக்கியம், அவற்றைப் பயன்படுத்துவது.

ஒரு விவசாயியின் கனவில் தோன்றிய கடவுள் சொன்னாராம், 'நீ என்னிடம் மிகப்பெரிய நிலம் தானே கேட்கிறாய்? சரி தருகிறேன். நாளை காலை சூரிய உதயத்தில் ஆரம்பித்து, உன் ஊர் எல்லை வரையில் பரந்து கிடக்கும் நிலத்தில் மண்வெட்டியால் உனக்கு தேவையான நிலம் வரை அடையாளம் இட்டுக்கொண்டே செல். மாலையில் சூரியன் மறைவதற்குள் நீ பழைய இடத்துக்கே திரும்பி வந்துவிட வேண்டும். அதுவரை நீ எவ்வளவு தூரம் நிலத்தில் அடையாளம் இட்டிருக்கிறாயோ அவ்வளவு நிலமும் உனக்கே சொந்தம்!'

விவசாயியும் மறுநாள் காலை சூரிய உதயத்தில் எழுந்து அந்த பரந்த நிலப்பகுதியில் அடையாளம் இட்டுக்கொண்டே செல்லத் தொடங்கினான். அவன் சாப்பிடவில்லை தண்ணீர் கூட குடிக்க வில்லை. நேரத்தை வீணாக்காமல், நிலத்தில் அடையாளம்

நான் திறமைசாலி. என்னால் எல்லாம் முடியும். அனைத்தையும் அடைவேன் என்பது வீழ்ச்சியிலேயே முடியும். அளவுடன் ஆசைப்பட வேண்டும் என்பது மட்டுமல்ல எது சாத்தியம் என்பதும் தெரிந்திருக்க வேண்டும்.

செய்தபடியே முன்னோக்கிச் சென்றுகொண்டே இருந்தான். அவனது திட்டப்படி மதியம் நண்பகல் வரை நிலத்தில் அடையாளம் இட்டுக்கொண்டே செல்லவேண்டும் என்றும் அதற்குப் பிறகு மேலே முன்னோக்கிச் செல்லாமல், சென்ற வழியே திரும்ப புறப்பட்ட இடத்துக்கே வந்து சேர்ந்து விடவேண்டும் என்றுதான் திட்டமிட்டிருந்தான்.

அதுபோலவே நண்பகல் ஆகிவிட்டது. அதுவரையிலுமே வெகுதூரம் சென்றிருந்தான். அவன் திட்டமிட்டிருந்தபடி அத்துடன் நிறுத்திக் கொண்டு திரும்ப வேண்டும். ஆனால் அவனது மனதின் ஆசை அடங்கவில்லை. 'இன்னும் கொஞ்சம் தூரம், இன்னும் கொஞ்ச தூரம் மட்டும்தான், இதோ இன்னும் சிறிது தூரம் மட்டும் போய்விட்டுத் திரும்பிவிடலாம்' என்று மேலும் மேலும் அடையாளம் செய்தபடியே போக, ஒரு கட்டத்துக்கு மேல் அந்த விவசாயி சோர்வடைந்து போனான். பின் அவன் சுதாரித்துக் கொண்டு, புறப்பட்ட இடத்துக்கே திரும்பிச் செல்ல முனைந்தான்.

ஆனால் அவனால் விரைந்து நடக்க முடியவில்லை. மூச்சிரைத்தது. உடல் துவண்டது. போய்ச்சேர வேண்டிய தூரமோ அதிகம் இருந்தது. 'அடடா! சூரியன் மறைவதற்குள் போய்ச் சேராவிட்டால் இதுவரை அடையாளம் இட்ட நிலம் கொஞ்சமும் கிடைக்காமல் போய் விடுமே!' என்கிற பதைபதைப்பு வந்து ஒட்டிக்கொண்டது. ஓட்டமும் நடையுமாக ஓடத் தொடங்கினான். இதயம் படபடத்து வேக வேகமாகத் துடித்தது. தவித்தது. திணறியது. கடைசியில் பாதி வழியிலேயே அது தன் இயக்கத்தை நிறுத்திக்கொண்டது.

விவசாயியின் பேராசை அவன் உயிரையே பறித்துக்கொண்டது. நான் மிகத் திறமைசாலி. என்னால் எல்லாம் முடியும். அனைத்தையும்

அடைவேன் என்பது வீழ்ச்சியிலேயே முடியும் எத்தனைதான் திறமைசாலியானாலும் அளவுடன் ஆசைப்பட வேண்டும் என்பது மட்டுமல்ல எது சாத்தியம் என்பதும் தெரிந்திருக்க வேண்டும்.

நன்னெறி நூல்கள் சொல்லுவதெல்லாம் நமக்குத் தெரியும். பெரியவர்கள் சொன்ன உபதேசங்கள் எல்லாம், வாழ்க்கை உண்மைகள் எல்லாமும், மேல் நாட்டு அறிஞர்கள் சொன்ன தெல்லாம் கூட நமக்குத் தெரியும். நிறையவே தெரியும். நன்றாகவே தெரியும். ஆனாலும் அவற்றில், எவ்வளவைப் பயன்படுத்துகிறோம் என்பதில்தானே அதற்குறிய பலன் இருக்கிறது!

சிலருக்கு எல்லாம் தெரிந்திருப்பதுதான் பிரச்னை. எனக்குத் தெரியாதது எதைப் புதியதாகச் சொல்லிவிடப்போகிறார்கள் என்கிற நினைப்புதான் அவர்கள் மனதில் எப்போதும் ஓடும். அவர்கள் தவற விடுவது பயன்பாட்டை!

ஒருவருக்கு எல்லாம் தெரிந்திருப்பதால் மட்டும் பலன் இல்லை. தெரிந்ததை நடைமுறைப்படுத்த வேண்டும். உலகின் பல விஷயங்களைப் பற்றித் தெரிந்தவர்கள் நிறையவே உண்டு, அவர்கள் எல்லோரும் வெற்றி பெறுவதில்லை. தெரிந்த விஷயங்கள் குறைவாகவே இருந்தாலும் அதைச் சரியான விதத்தில் நடை முறைப்படுத்துபவர்களே வெற்றி பெறுகிறார்கள்.

நாலாபுறமும் இன்னமும் இன்னமும் என்று தேடுவது இருக்கட்டும். இருப்பதை வைத்து என்ன செய்கிறோம்? என்னவெல்லாம் செய்யலாம்? அதை யோசிக்கவேண்டும். எனக்குத் தெரியும் எல்லாம தெரியும் என்பதெல்லாம் சரி. அதை வைத்து எப்போது எங்கே செய்ய ஆரம்பிக்கப் போகிறோம்?

நம்மிடம் இருக்கிற திறமை, செல்வம், அறிவு, தொடர்புகள் போன்ற வற்றை நாம் முழுமையாகப் பயன்படுத்தினாலே, இப்போது கிடைப்பதைவிட பலமடங்கு ஆதாயம் நமக்கு நிச்சயம் கிடைக்கும். இருப்பதைப்பற்றி யோசிக்காமல், அதை முழுவதும் பயன் படுத்தாமல், இல்லாத வேறு சிலவற்றைத் தொடர்ந்து தேடுவது, அயர்ச்சிதான் கொடுக்கும். எனவே உடனடியாக உள்ளவற்றைக் கொண்டு தெரிந்ததை வைத்து செயலாற்றத் தொடங்குவோம். தொடர்ந்து வெல்வோம்!

➤➤➤

23

யார் சரி... யார் தவறு?

குமார் என்று ஒரு நண்பர். சென்னையில் ஓர் அலுவலகத்தில் உயர் பதவியில் வேலை செய்கிறார். ஒருநாள் மதிய உணவு இடைவேளை நேரம் அவரைப் பார்ப்பதற்காக, அவரது அலுவலகத்திற்குப் போயிருந்தேன். அப்போது குமாருடன் அவரது மேலதிகாரி பேசிக் கொண்டிருந்தார். பேசினார் என்பதைவிட, சத்தம் போட்டுக் கொண்டிருந்தார் என்றுதான் சொல்ல வேண்டும்.

என்னைப் பார்த்த பின்பும் அவர்கள் 'பேச்சு' தொடர்ந்தது. அதனால் அதனை நானும் கேட்கும்படியானது. பாவம் குமார் முகம் கறுத்துப் போனது.

அவர் பதிலுக்கு ஏதோ சொல்ல முற்பட்டார். ஆனால் சொல்ல வில்லை. அடக்கிக்கொண்டதுபோல இருந்தது. இறுதியாக மேலதிகாரி குமாரை இப்படியெல்லாம் செய்யக்கூடாது என்று எச்சரித்துவிட்டு, கிளம்பிப் போனார்.

அதன் பின் நாங்கள் இருவரும் திட்டமிட்டிருந்தபடி வெளியில் ஒரு ஹோட்டலுக்கு சாப்பிடப் போனோம். மிகவும் சோர்வாகக் காணப் பட்ட குமார், நடந்ததைச் சொன்னார். குமார் மீது தப்பில்லை என்று புரிந்தது. அவருடைய மேலதிகாரிதான் பிரச்னை (Unreasonable) என்றும் புரிந்தது.

அறிவு வேறு, புத்திசாலித்தனம் வேறு. சின்னச் சின்னப் போர்களில் வெற்றி பெற்றுவிட்டு, பெரிய யுத்தத்தில் தோல்வி அடைவதா புத்திசாலித்தனம்? எது முக்கியம்?

'அவர் செய்வதுதான் தவறு. ஆனாலும் என்ன பேச்சுப் பேசுகிறார் பார்! அடுத்தமுறை மட்டும் இப்படி அவர் பேசட்டும். அதன் பின் நானும் எதிர்த்துப் பேசுகிறேனா இல்லையா என்று பார்!' என்று கறுவினார் குமார்.

நான் குறுக்கிடாமல், அவரை பேசவிட்டுக் கேட்டுக் கொண்டிருந்தேன். சாப்பிட்டு முடிந்ததும் குமார் கொஞ்சம் அமைதியாகத் தெரிந்தார். அதன்பிறகு அவருக்கு நான் சொன்னதன் சாரம் இதுதான்.

'என் மீது தப்பில்லாத போதும் கூட, நான் ஏன் அடங்கிப் போக வேண்டும்? நான் ஏன் என் நிலையை விட்டுக்கொடுக்க வேண்டும்?' இதுதானே குமார் உன் வாதம்? இது சரியா, என்பது கூட இருக்கட்டும். இப்படிப்பட்ட நினைப்பு, நினைப்பவருக்கு நன்மை தருமா என்பதை மட்டும் பார்க்கலாம்.

அதுவொரு தேசிய நெடுஞ்சாலை. ஒருவர் காரில் பயணம் செய்கிறார். அவரே ஓட்டுகிறார். அந்தச் சாலையின் நடுவே, தடுப்பான் (மீடியன்) இல்லை. அவர் இடது பக்கமாகப் போகிறார். எதிரில் வரும் வண்டிகள் வலது பக்கமாக வரவேண்டும். அவர் வேகமாகப் போகிறார்.

திடீரென்று பார்த்தால், அவருக்கு எதிரில் வரும் லாரி ஒன்று, அவருக்கு நேர் எதிராக வருகிறது. அதாவது அவருக்கு வலது பக்கமாக அவரது வண்டியைக் கடந்து போக வேண்டிய அந்த லாரி, 'ராங் சைடில்' வருகிறது. அதுவும் வேகமாக.

அவர் இப்போது என்ன செய்வார்? 'சாலைவிதிகளின் படி, நான் சரியாகத்தான் போகிறேன். எதிரில் வரும் லாரிக்காரன்தான்,

தவறாக, 'ராங் சைடில்' வருகிறான்; என் மீது தவறில்லை. அதனால் நான் போகிறபடியே போகிறேன்' என்று அவர் முடிவெடுப்பாரா என்ன? அப்படியே முடிவெடுத்தால் யாருக்கு நஷ்டம்?

ராங்சைடில் வந்தவன்மீது வருத்தப்பட்டபடியே, வேகத்தைக் குறைத்து, ஒதுக்கி ஓட்டி, அவனை போக விட்டுவிட்டு, மீண்டும் அவர் வழியில் சரியான சைடில் செல்வதுதானே அவரது செயலாக இருக்கும்?

அடுத்து, எதிர்ப்பக்கமிருந்து ஒரு கார் வருகிறது. சொல்லி வைத்ததுபோல, காரும் ராங் சைடிலேயே வருகிறது. நம்ம ஆள் என்ன செய்வார்? 'இப்போதும் நான் வருவதுதான் சரியான பக்கம். எதிரில் வருபவர்தான் தவறு. ஒரு முறை ஒதுங்கினேன். சரி. இன்னொரு முறையும் நான் ஏன் ஒதுங்க வேண்டும்? முடியாது. நான் போவது சரியான வழிதான்.' - இப்படி நினைத்து அவர் போகலாமா? போனால் முடிவு என்ன ஆகும்?

அடுத்து இன்னொரு முறை மட்டுமல்ல. எத்தனை முறை ராங்சைட் நபர்கள் வந்தாலும் சரி, அவர் ஒதுங்கித்தான் போவார். காரணம், அவருக்கு ஆபத்து வந்து விடக்கூடாது. அவருக்கு அவருடைய உயிர் முக்கியம்.

யார் சரி? யார் தப்பு? என்பதல்ல பார்க்க வேண்டியது. மோதினால் யாருக்கு நஷ்டம் என்பதுதான் கவனத்தில் கொள்ள வேண்டியது. கவனத்தில் கொள்பவர்கள் பிழைக்கிறார்கள். உணர்ச்சி வேகத்தில் செயல்படுவர்கள் நஷ்டப்படுகிறார்கள்.

சாலையில் மட்டுமல்ல. வாழ்க்கையிலும் இதே நியதிதான். இதே அணுகுமுறைகள்தான் தேவைப்படுகின்றன. கணவன் மனைவிக்குள், மேலதிகாரி, பணியாளருக்குள், முதலாளி தொழிலாளி, வாடிக்கையாளர், வியாபாரி, தலைவர், தொண்டர் – போட்டி எவருக்குள்ளும் வரலாம். எவர் சரி என்று வாதிடலாம். போராடவும் செய்யலாம். ஆனால் நஷ்டம் என்பது, சரி தவறு பார்த்து ஏற்படுவது அல்ல. அந்த நேரம் எவர் வலுவானவர் என்பதைப் பொறுத்தது.

வெற்றி தோல்விகள், லாபநஷ்டங்கள், இழப்புகள் வலு குறைந்தவருக்கே அதிகம். வல்லான் வகுத்ததே நீதி. என்ன செய்ய!

அதற்காக எப்போதும் ஒருவரே இழக்க வேண்டும் என்பதில்லை. எவருக்கும் ஒருகாலம் வரும். ஆனால் வந்திருப்பது, தென்படுவது நமக்குச் சாதகமான காலம்தானா என்று பார்த்துக்கொண்டு இறங்க வேண்டும். ராங் சைடில் வருவது எத்தனையாவது லாரி என்பதல்ல கணக்கு. வருவது சைக்கிளா லாரியா என்பதுதான் கணக்கு.

வாழ்க்கையில், எதிரில் வரும் வலுவான வண்டிகள் என்பது... அதிகாரம், பணபலம், செல்வாக்கு, சாதகமான தொடர்புகள் என்று எதுவாகவும் இருக்கலாம். எதிராளியின் பலம் என்ன என்பதைத் தெரிந்து உரிமை நிலைநாட்டுவதும் மோதுவதும் நல்லது.

வேகம், வீரம் போன்றவை உற்சாகமளிக்கும். ஆனால் விவேகம்தான் புத்திசாலித்தனம். அறிவு வேறு, புத்திசாலித்தனம் வேறு. சின்னச் சின்னப் போர்களில் வெற்றி பெற்றுவிட்டு, பெரிய யுத்தத்தில் தோல்வி அடைவதா புத்திசாலித்தனம்? (Winning the Battles and losing the War!) எது முக்கியம்?

விட்டுக்கொடுப்பது கோழைத்தனம் அல்ல. பல சமயங்களில் அது புத்திசாலித்தனம்!

➤➤➤

24

என் குற்றம், உன் குற்றம்

'இன்று கல்லூரியில் நான் கலந்து கொள்ளும் முக்கியமான நிகழ்ச்சி ஒன்று இருக்கிறது' என்றான் மகன். தொடர்ந்து 'அதற்கு வெள்ளைச் சட்டை போட்டுக் கொண்டு போகவேண்டும்' என்றான். 'சரி' என்றேன். சற்று நேரத்தில் மீண்டும் என் அறைக்குள் வந்தான். 'என் சட்டை சலவைக்குப் போயிருக்கிறது. உங்க கிட்ட ஏதாவது நல்ல வெள்ளை சட்டை இருக்கிறதா அப்பா?' என்றான்.

அவன் கல்லூரி கிளம்பவேண்டிய நேரம். அவசரமாகக் கேட்டான். 'நீயே பார்த்து எடுத்துக்கொள்' என்றேன். எடுத்தான். கவனித்தேன். அவன் எடுத்தது, பெங்களூருவில் வாங்கிய கூட்டான்ஸ் பிராண்ட் சட்டை. அதிக விலை கொடுத்து வாங்கியது. எடுத்துக்கொண்டு போனான். அன்றைய தினசரியை எடுப்பதற்காக முன் அறைக்கு வந்தேன். காலுக்கு ஷூ மாட்டிக்கொண்டிருந்த மகனைப் பார்த்தேன். பழுப்பு நிறக் கால்சட்டை, மேலே அந்த வெள்ளைச் சட்டை.

சட்டை சுமாராக இருப்பதுபோலப் பட்டது. சற்று கவனமாகப் பார்த்தேன். நிச்சயமாக சட்டை சுமார்தான். 'என்ன இது! வெளி இடங்களுக்கு அணிந்துகொண்டு செல்லும் நல்ல சட்டைகளில் ஒன்றாக நான் வைத்திருக்கும் சட்டையா இது! சட்டையின் புதுத்தன்மை குறைந்துபோய், வெண்மையும் மங்கி, அட! பார்ப்பதற்கு வெகு சுமாராக அல்லவா இருக்கிறது. இதையா வேறுவிதமாக எண்ணிக்கொண்டிருந்தேன்!' ஆச்சரியமாக இருந்தது.

சட்டையை வாங்கி ஆண்டுகள் இரண்டு ஆகின்றன. தவிர, அந்தச் சட்டையினைப் பயன்படுத்துதலும் அதிகம். அதனால்தான் புதுத் தன்மை குறைந்து சற்றுப் பழுப்பும் ஏறியிருக்கிறது போலும். இருக்கலாம். ஆனாலும் இந்த மாற்றங்கள் என் கண்ணில் முன்பு படவில்லையே. நான் கவனிக்கவேயில்லையே!

இதுவரை குறையென்று தெரியாமல் இருந்தது, இப்போது மட்டும் எப்படித் தெரியவந்தது? யோசித்தேன். நான் போட்டுக் கொண்டிருந்தபோது தெரியவில்லை. மற்றொருவர் அணியும்போது தெரிகிறது. அதுதான் விஷயம் என்று புரிந்தது. அதாவது 'தள்ளி நின்றுபார்ப்பது', 'நாம் என்று எண்ணாமல், Dispassionateஆக, தான் என்கிற விருப்பு இல்லாமல் பார்ப்பது' என்று அதற்குப் பல காரணங்கள் இருக்கலாம்.

சட்டை மட்டுமல்ல. நாம் செய்யும் இன்னும் எத்தனையோ செயல்களிலும், பேசும் பேச்சுகளிலும் இருக்கக்கூடிய நமது தவறுகள் குறைகள் நமக்குத் தெரியாமல் இருக்கலாம். அதையே அடுத்தவர் செய்யும்போது அது தவறாகப் படும். 'என்ன இப்படிப் பேசுகிறார், எரிந்துவிழுகிறார், கோபிக்கிறார், பொறுமையின்றி இருக்கிறார், நடந்துகொள்ளுகிறார்' என்றெல்லாம் பலவாறாக நினைக்கத் தோன்றும்.

அதாவது தான் செய்யும்போது தெரியாதது அடுத்தவர் செய்யும்போது தெரிகிறது. சிலருடைய பேச்சுக்களில், செயல்களில் குற்றம் தெரிகிறது. குற்றமற்றது என்று நான் எண்ணிக்கொண்டிருந்த, ஆனால் சுமாராக இருந்த என் வெள்ளை சட்டையைப்போல, ஒவ்வொருவரிடமும் சில குணங்கள், பழக்கங்கள், நடவடிக்கைகள் இருக்கலாம். அதன் உண்மையான தரம் தெரியாமல் நாம் இருக்கலாம். ஆனால் அது சுமார்தான். சரியில்லாத குணம், நடவடிக்கை என்பதெல்லாம் அது நம்மிடம் இருப்பதால் அது எப்போதோ தேவைப்பட்டதால், பயனளித்ததால் விடாமல் அதை இன்றும் பயன்படுத்துகிறோம்.

இதை எப்படிச் சரி செய்யலாம்?

> மற்றவர்களிடம் நாம் பார்க்கும் சுமாரான குணங்கள், பழக்கங்கள் நடவடிக்கைகள் எவை? அவற்றைப்பற்றி கவனம் கொள்வது முதல் கட்டம். அடுத்து, அவற்றில் எவையெல்லாம் நம்மிடமும் உள்ளன என்பதைப் பற்றி சிந்திப்பது அடுத்த கட்டம். மற்றவர்களிடம் சரியில்லை என்று நாம் சொல்வது, நினைப்பது போன்றவையெல்லாம் நம்மிடம் எந்த அளவில் இருக்கிறது என்று ஆராய்வது மூன்றாவது கட்டம். நான்காவது கட்டம், அதையெல்லாம் தவிர்ப்பது, மற்றும் களைவது.

இதையே தொடர்ந்து செய்து வந்தால், நாம் அனைவருக்கும் விரும்பத்தக்கவர் ஆகிவிடலாம்.

➤➤➤

> மற்றவர்களிடம் இருப்பது பளிச்சென்று தெரிவதுபோல நம்மிடம் இருக்கும் குறை நமக்குத் தெரிவதில்லை. அடுத்தவர் செய்யும் தவறுகளைக் கவனிக்க முடிகிற நம்மால் நம்மிடம் இருப்பவற்றைக் கவனிக்க முடியாததுமட்டுமல்ல வேறொருவர் சொன்னாலும் ஒப்புக்கொள்வதில்லை.

25

பழக்கத்தில் நாலு கட்டங்கள்

கணபதி என்று ஒரு நண்பர். கன்னியாகுமரியைச் சேர்ந்தவர். பதினைந்து வருடங்களாக நடக்கிறார். நடப்பது என்பது, காலை நடை. உடற்பயிற்சிக்காக நடப்பது. ஒவ்வொரு நாளும் ஒரு மணிநேரம் நடந்துவிடுவார். அவரால் எது வேண்டுமானாலும் செய்யாமல் இருக்க முடியும். ஆனால் காலை நடையை மட்டும் செய்யாமல் இருக்கவே முடியாது. இரவு முழுக்க அரசு விரைவு பேருந்தில் பயணம் செய்திருப்பார். ஆனாலும் காலை நடைக்கு டாணென்று வந்து விடுவார்.

அவருக்கு சர்க்கரை வியாதி என்று சொன்ன மருத்துவர்கள், நடங்களேன் என்று எல்லோருக்கும் சொல்வது போலத்தான் சொல்லியிருக்கிறார்கள். ஒரு மாதம் நடந்து பார்த்த கணபதிக்கு சர்க்கரை 'சர்' ரென இறங்கிவிட, அன்றிலிருந்து மனிதர், நடைபிரியர் கூட இல்லை நடைப் பைத்தியமே ஆகிவிட்டார்.

இப்படிப் பல வருடங்களாக நடந்ததனால், அவர் உடலும் அதற்குப் பழகியது மட்டுமல்ல, நடை கட்டாயம் வேண்டும் என்றாகி விட்டது. எந்த அளவிற்கு என்றால், நடக்காவிட்டால் அவரால் மலம் கழிக்க முடியாது. சமயத்தில் தலை வலிக்க ஆரம்பித்துவிடும்.

நல்ல பழக்கங்களைத் தொடரவும்
தீய பழக்கங்களைத் தவிர்க்கவும்
முயற்சியும் மன உறுதியும் உதவும்.

இன்னும் சிலர் இருக்கிறார்கள். நடையைப் போலவே இன்னும் சிலவற்றைச் செய்யாவிட்டால் அவர்களாலும் மலம் கழிக்க முடியாது. அவர்களுக்கும் தலை வலிக்கும். செய்யாமல் விட முடியாத அந்தச் சில மது, புகை. அந்தப் பட்டியலில் சில வருடங்களாக புதியதாக பான் மற்றும் குட்காவும் சேர்ந்திருக்கிறது.

இவையும் பழக்கம்தான், நடையும் பழக்கம்தான். உடம்பிற்கு வித்தியாசம் தெரியாது. எதை அறிமுகப்படுத்தித் தொடர்ந்து செய்தாலும், அதற்குத் தொடர்ந்து பழகிவிடும். பின்பு அது இல்லாமல் முடியாது என்று சொல்லும், அடம் பிடிக்கும், அரற்றும். அதனால் பழகியதைத் தொடர்ந்து செய்தாக வேண்டியிருக்கும். அந்தப் பொருள்களோ, செயல்களோ கெடுதல் செய்யத் தொடங்கி னாலும், வேறு வழியின்றித் தொடர்ந்து செய்ய வேண்டிவரும்.

பழக்கம் என்பதை நாலு கட்ட நடவடிக்கையாகப் பார்க்கலாம். முதல் கட்டம் 'சிரமம்'. இரண்டாம் கட்டம், 'சமாளிக்கலாம்'. மூன்றாம் கட்டம் 'சுலபம்'. இறுதிக்கட்டம், 'மகிழ்ச்சி'. எந்தப் பழக்கமும் மூன்றாம் நான்காம் கட்டங்களுக்கு வந்து விட்டால் அதன் பிறகு, அவை நடைப்பயிற்சிபோல அதனைத் தொடர்வது சிரமமாக இருக்காது. அதே நிலைதான் பிரச்னை தரக்கூடிய போதைப் பழக்கங்களும். மூன்றாம் கட்டம் நான்காம் கட்டங்களுக்கு வந்துவிட்டவர்களால் அவற்றை விடுவது சிரமமாகிடும்.

நல்ல பழக்கங்களைத் தொடர்வதற்கும் தீய பழக்கங்களைத் தவிர்ப்பதற்கும் முதல் இரண்டு கட்டங்களில் முயற்சியும் மன உறுதியும் தேவை. அவற்றைச் செய்ய, பழக்கங்களின் குணாதிசயங்கள் இவைதான் என்கிற புரிதல் உதவும்.

➤➤➤

26

மனக் குப்பைகள்

மனிதவளத்துறையைச் சார்ந்தவன் என்கிற முறையில் எங்கள் நிறுவனத்தில் பணிபுரியும் ஊழியர்களைச் சந்திக்கும்போது, அவர்களின் நலன் பற்றி விசாரிப்பேன்.

அவர்களில் ஒருவர் குமார். நல்ல சுறுசுறுப்பான ஊழியர். சென்ற மாதம் அவரைச் சந்தித்த போது, எப்போதும் கேட்பது போலவே 'எப்படியிருக்கிறீர்கள்?' என்றேன். ஆனால் மனிதர், வழக்கத்துக்கு மாறாக, குரலில் கொஞ்சமும் சுரத்தேயில்லாமல், 'ஏதோ இருக்கிறேன்' என்றார். 'ஏன்? என்ன ஆச்சு?' என்றதற்கு, 'என் கம்ப்யூட்டர் சரியில்லை. மிகவும் மெதுவாக வேலை செய்கிறது!' என்றார். 'மற்றபடி?' என்றதற்கும் அவரிடமிருந்து சரியான பதிலில்லை. அதன் பின் எதைப் பேசினாலும் அவர், அதே சோர்வு நிலையில் இருந்தே அலுப்பாக பதில் சொன்னார்.

ஒருவாரம் கழித்து மீண்டும் குமாரைச் சந்திக்கும் சந்தர்ப்பம் நேர்ந்தது. குமார் முகத்தில் முன்பு பார்த்த அதே சங்கடம். விசாரித்ததும், 'எனது கம்ப்யூட்டர் சரியில்லை' என்கிற அதே பழைய பல்லவியைப் பாடினார். 'சரி அதை விடுங்கள்' என்று சொல்லிவிட்டு, பேச்சினை மாற்றி வேறெதையோ கேட்டேன். அபோதும் அவர் தொனியில் மாற்றமில்லை. குமார் கொடுத்த எல்லா பதில்களிலும் அதே விட்டேத்தித்தனம். அதே அலுப்பு.

> எப்போதும் மகிழ்வாகவே இருக்க நினைப்பவர்கள் தங்கள் மனதின் மேல் தட்டில் சந்தோஷத் தருணங்களைத்தான் வைத்திருக்கிறார்கள். குப்பைகளைப் பெருக்கி வெளித் தள்ளி விடுகிறார்கள்.

குமாருக்கு இருக்கும் கம்ப்யூட்டர் சார்ந்த பிரச்னை உண்மையாகவே அவருக்கு பெரும் பிரச்னையாக இருக்கலாம். அதனால் அவருக்கு சிரமமும் இருக்கலாம். அடுத்தவரிடம் தனது சங்கடத்தைத் தெரிவித்து பிரச்னையைப் பகிர்ந்து கொள்ளலாம்; தவறில்லை. ஆனால் அதன் காரணமாக அவர் செய்வது என்ன? அவருக்கு சங்கடம் இருக்கிறது என்பதைத் திரும்பத் திரும்பக் காட்டி அலுப்பூட்டுகிறார். எல்லா சமயங்களிலும் எல்லாத் தருணங்களிலும் எல்லோரிடமுமே அந்த சங்கடத்தினைக் காட்டி அனைவரையும் தர்மசங்கடத்தில் ஆழ்த்துகிறார்.

அவர் வேண்டும் என்று அப்படிச் செய்யவில்லைதான். ஆனாலும் அவரது புலம்பலால் அப்படி நிகழுகிறது. காரணம், அந்த பிரச்னை அவர் மனதில் விடாமல் உறுத்திக் கொண்டேயிக்கிறது. வீடு, மனைவி, பிள்ளைகள், உடன் பணிபுரிவோர் என்று தான் சந்திக்கும் எவரிடமும் அவர் இயல்பாக இல்லை. எப்போதும், எவரிடத்திலும் வருத்தம், வருத்தம், வருத்தம். அவர் ஏன் இப்படி இருக்கிறார்?

Top of the Mind என்பார்கள். மனதில் எது மேலோங்கி இருக்கிறதோ, அதுதான் பேச்சில் வரும். பேச்சில் மட்டுமல்ல. அதுவேதான், நடைமுறையில் கர்வமாகவோ, அச்சமாகவோ, குற்ற உணர் வாகவோ வெளிப்படும். நெஞ்சம் கடுத்ததை காட்டுவது, முகம் மட்டுமல்ல. உடம்பு முழுக்கவே அதன் தாக்கம் பெறும்.

வீட்டில் ஒரு சாரளம் (ஜன்னல்) இருக்கிறது. அதில் இருந்து வரும் காற்று என்ன வாசம் வீசும்? அது சாரளத்திற்கு முன்பாகவோ பின்பக்கமாகவோ என்ன இருக்கிறது என்பதைப் பொறுத்தது என்று சொல்லலாம். ஜன்னலுக்கு முன், ஒரு செத்த எலி இருக்கிறது என்று வைத்துக் கொள்ளுவோம். அறைக்குள் வரும் காற்று எப்படி

இருக்கும்? நாற்றமடிக்குமா அடிக்காதா? கெட்ட வாடை அடிக்கும். அதே சாரளத்திற்கு முன்பாக வெட்டி வேர் தட்டி கட்டியிருக்கிறோம் என்று வைத்துக்கொள்ளுவோம். வீசும் காற்றில் அதன் நறுமணம் இருக்குமல்லவா!

காற்றுக்கு என்று சுயமாக எந்த வாசமும் இல்லை. காற்று வரும் சாரளத்திற்கு முன்பாக என்ன இருக்கிறதோ அதைப் பொறுத்து, அதன் வாடையும், அதைப் பொறுத்து அறைக்குள் இருப்பவர்கள் மகிழ்வும் இருக்கிறது. அதேபோலவே நம் மனதில் மேலோங்கி இருக்கும் எண்ணம் எப்படியோ அதைப் பொறுத்து நமது பேச்சும் செயலும் அமைகிறது. உற்சாகமோ அல்லது சோர்வோ. கோபமோ, எரிச்சலோ எல்லாம் மனம் செய்யும் வேலைதான். அதன் மேல்தட்டில் என்ன இருக்கிறதோ, அதை பொறுத்துத்தான் நடத்தை அமைகிறது.

குமாருடைய மனதின் மேல் பகுதியில், அவரது அலுவலக கம்ப்யூட்டர் சரியாக வேலை செய்யவில்லை என்கிற எண்ணம் இருக்கிறது. அந்த எண்ணத்தினை குமார், கீழே இறக்கி வைக்கவே இல்லை. எப்போதும் அதையே நினைத்துக் கொண்டிருக்க, அந்த சங்கடமானது அவருடைய பேச்சு, நடத்தை என்று எல்லாவற்றிலும் பரவி எரிச்சலும் சோர்வும் எதிரொலிக்கிறது.

ஏதோ ஒன்றிரெண்டு நிகழ்வுகள் நமக்குப் பிடித்தபடி அமையாமல் கொஞ்சம் அப்படி இப்படித்தான் இருக்கும். அதற்காக அதையே நினைத்துக் கொண்டிருந்தால், நம்முடைய மற்ற சந்தோஷங்களும் அல்லவா கெடும். மகிழ்ச்சியாக நினைக்கவும் கொண்டாடவும் எவரிடமும் பல சம்பவங்களும் நிகழ்வுகளும் உண்டு.

எப்போதும் மகிழ்வாகவே இருக்க நினைப்பவர்கள் தங்கள் மனதின் மேல் தட்டில் அப்படிப்பட்ட சந்தோஷத் தருணங்களைத்தான் வைத்திருக்கிறார்கள். குப்பைகளைப் பெருக்கித் தள்ளி விடுகிறார்கள். அதனால் அவர்களும் மகிழ்வாக இருக்கிறார்கள். அவர்களைச் சுற்றியிருப்பவர்களும் மகிழ்வாக இருக்கிறார்கள். இப்படிப்பட்டவர்கள் தான் தாங்கள் இருக்குமிடங்களை வாசம் மிகுந்த இடங்களாக ஆக்கிவிடுகிறார்கள்.

➤➤➤

27

வார்த்தை டென்னிஸ்

கொடைக்கானலில் அமைந்திருந்த விடுமுறை விடுதி அது. ஒரு மாலை நேரம். கணவன், மனைவி இரு மகன்கள் கொண்ட குடும்பம் அது. விடுமுறைக்கு வந்திருந்த அவர்கள், நால்வரும், விடுதிக்கு பின்புறம் இருந்த பெரிய புல்வெளிக்கு வந்தார்கள். பிள்ளைகள் கைகளில் பூப்பந்து (பேட்மிண்டன்) மட்டைகளும் ஓர் இறகுப் பந்தும் (ஷட்டில் 'காக்').

முதலில் கணவனும் மனைவியும் விளையாட ஆரம்பித்தார்கள். பிள்ளைகள் இருவரும், அப்பாவும் அம்மாவும் எப்படித்தான் விளையாடுகிறார்கள் என்று பார்க்கிற ஆர்வத்துடன், எல்லைக் கோடுகளுக்கு வெளியே அமர்ந்துகொண்டார்கள்.

கணவன்தான் முதலில் பந்தைத் தூக்கிப் போட்டு, மட்டையால் அடித்தார். பந்து மனைவி நின்றுகொண்டிருந்த பக்கம் போனது. ஆனால் அதிக தூரம் போய், மனைவி வேகமாக பின்புறம் எட்டியும், எடுக்க முடியாத அளவுக்கு தள்ளிப்போய், தரையில் விழுந்தது.

'என்னங்க நீங்க! எடுக்கிறாப்ல கைக்கு சரியாப் போடுங்க' என்றாள் மனைவி.

'என்னது கைக்கு சரியாகப் போடணுமா!' என்று கேட்ட கணவர் லேசான புன்னகையுடன்,' சரி, சரி... இப்ப பாருங்க... மேடம்

அன்பான வார்த்தைகள்,
அனுசரணையான பேச்சுகள்
வாழ்க்கையின் பலம்.

கைக்கே போடுறேன்' என்று சொல்லிவிட்டு, சின்ன மகனைப் பார்க்க, அவன் ஓடிப்போய் பந்தை எடுத்து வந்து மீண்டும் அப்பாவிடமே கொடுத்தான்.

அடுத்து எங்கே அடிக்கலாம் என்று ஒரு சிறிய நோட்டம் பார்த்தார் கணவர்.

இந்த முறை, பந்து தன்னைத் தாண்டி பின்பக்கம் போனாலும், முயற்சித்து, விடாமல் 'எப்படியும் எடுத்துவிடுவது' என்று முடிவு செய்து, வேகமாகப் பின்புறம் நகருவதற்குத் தயாராக இருந்தார் அவர் மனைவி.

பந்தை உயரத் தூக்கிப்போட்டு, மட்டையால் ஓங்கி ஒரு விளாசு விளாசுவது போல... பாவனை செய்தபடி, மெதுவாக அடித்தார் கணவர். பந்து மிகவும் அருகாமையில் எறியப்படவும், அதைச் சற்றும் எதிர்பாராத மனைவி, பதற்றத்தில் தடுமாறிப்போய் கீழேயே விழுந்துவிட்டார். பந்து தரையில் விழுந்தது.

அடுத்தடுத்தும் இப்படியே கணவன் சாமார்த்தியமாக, எதிர்பாராத திசைகளிலும் தூரங்களிலும் பந்தை அனுப்ப, மனைவி சோர்ந்தது மட்டுமல்ல, ஒரு கட்டத்தில் எரிச்சலாகி விட்டார்.

'நான் இந்த விளையாட்டிற்கே வரலை. நீங்க யாராச்சும் உங்கப்பாவோட ஆடுங்கப்பா' என்று விட்டு ஒதுங்கிக் கொண்டாள் அம்மா.

சின்ன மகன், 'நான், நான்' என்று ஓடிவர, பெரிய மகன் அவசரமாக எழுந்தான். 'நீ இருடா. நான் ஆடுறேன்.' என்றவன், மட்டையை நீட்டிய அம்மாவிடம் வாங்கிக்கொள்ளாமல், அப்பா பக்கம் கையை நீட்டினான்.

'நீங்க விளையாண்டது போதும். என் கிட்ட கொடுங்க. பாவம் அம்மா. ஒருமுறைகூட பந்தை மட்டையால தட்டல. நீ என்னோட ஆடும்மா!'

இபோது அம்மாவும் பெரிய மகனும் ஆடுகிறார்கள். மகன்தான், சர்விஸ் போட்டான். அம்மா நிற்கும் இடத்துக்கு முன்னால் மேலே பந்து எழும்பிப் போய், அவர் கைக்கு அருகில் வந்தது. அதை அவர் சரியாக தட்ட, அது, மகன் பக்கம் வந்தது. அவன் தட்ட, அம்மா பக்கம். அம்மா தட்ட, அவன் பக்கம்.

இப்படியாக தரையில் விழாமலே, அம்மாவும் மகனுமாக 4 ரேலிவரைத் தட்டினார்கள். சின்னமகன் மகிழ்ச்சியில் பலமாகக் கைதட்டினான். கூடவே, 'அட பரவாயில்லையே அம்மா! நீ நல்லாவே விளையாடுறியே' என்றான்.

'ஏண்டா கண்ணா, எனக்கு விளையாடத் தெரியாதுன்னே முடிவுவே பண்ணிட்டியா? உங்கப்பா பந்தை நான் எடுக்கக் கூடாதுங்கிற மாதிரியே போட்டாங்க. அதனாலதான் அப்ப அப்படியாச்சு!' அம்மா முகத்திலும் பெருமிதம்.

ஒரே விளையாட்டு. அதே இடம். அதே பந்து. முதலில் ஒருமுறைகூட பந்தை மட்டையால் எடுக்க முடியாதவர், அடுத்த விளையாட்டில், ஒருமுறைகூட பந்தைத் தவற விடவில்லை. தன் பக்கம் வந்த எல்லாப் பந்துகளையும் சரியாகவே தட்டினார். முதல்முறை எரிச்சல். அடுத்த முறையிலோ பெருமிதம்.

இரண்டு நிகழ்வுகளுக்கும் இடையே அப்படியென்ன வேறுபாடு? வேறு எதுவுமே இல்லை. உடன் விளையாடியவரின் அணுகுமுறை மட்டுமே வேறுபாடு. 'எதிரில் ஆடுபவர் பந்தை எடுக்க வேண்டும்' என்று மகன் கவனமாகப் பந்தைப் போட்டான், தட்டினான். 'எதிரில் விளையாடுபவர் எடுக்கக் கூடாது, தடுமாற வேண்டும்' என்கிற நோக்கத்துடன் திட்டமிட்டே சாமர்த்தியம் காட்டி, கணவன் பந்தைப் போட்டார்.

விளையாட்டில் கூட, விளையாடும் இருவருக்கும் சந்தர்ப்பம் கிடைக்கும்படி, மகிழ்வு ஏற்படும்படி விளையாட முடியும். அங்கே அவர்கள் விளையாடும் நோக்கமும் அதுதான்.

இந்த விளையாட்டினைப் போலவே நமது தினசரி நிகழ்வுகளில் ஒன்றிலும் இப்படிப்பட்ட பரிமாற்றம் உண்டு. அதிலும்

இருவர்தான். ஒருவர் அடிக்க மற்றொருவர் திருப்பி அடிப்பார். அவர் மீண்டும் அடிக்க... இவர் திருப்ப... என்று மாற்றி மாற்றி நடக்கும்.

ஆம்! நீங்கள் யூகித்தது சரிதான். அதன் பெயர் உரையாடல் (Conversation). இருவர் பேசிக்கொள்ளுவது. சிலர் நாம் சற்றுமுன் சந்தித்த அந்த தந்தையைப்போல, அடுத்தவரை மடக்கும் விதமாகவே பேசுவார்கள். குற்றம் சொல்லுவது நையாண்டி செய்வது, வஞ்சகமாகப் புகழ்வது என்று வார்த்தை பந்தை, Place செய்வார்கள். Drop செய்வார்கள். எடுக்கவே முடியாதபடி இடம் மாற்றி மாற்றிப் போடுவார்கள். அவர்களுடன் விளையாட(பேச)வே முடியாது.

இன்னும் சிலர் இருக்கிறார்கள். அவர்கள் செய்யும் உரையாடல், மகன் செய்ததுபோல, அடுத்தவருக்கும் இடம் கொடுத்து, மதிப்பளித்து, விளையாட வாய்ப்பு கொடுப்பதாக அமையும். அவற்றை 'டிரான்ஸ்சாக்ஷனல் அனாலிசிஸ்'ல் Complementary Transactions என்பார்கள்.

ஆமாம் பேச்சும் கூட, டென்னிஸ் போலத்தான். வார்த்தை (வெர்பல்) டென்னிஸ். அதில் நாம் மட்டுமே அதுவும், எல்லா நேரமும் வெற்றி பெறவேண்டும் என்று நினைக்க வேண்டுமா என்ன? எல்லா நேரமும் எல்லோருடனும் நாம் போட்டியில் இல்லையே!

அன்பான வார்த்தைகள், அனுசரணையான பேச்சுகள்தான் வாழ்க்கையின் பலம். அதிலும் பெற்றவர்களிடத்தில், மனைவியிடத்தில், பிள்ளைகளிடத்தில் இம்மாதிரி வார்த்தைகளில் வலுப்படுமே உறவும் நட்பும்.

➤➤➤

28

நம் உலகம்

ஒரு பெண்மணியைப் பற்றிச் சொல்லுகிறேன். அந்தப் பெண்மணியின் தாய் சிறுமியாக இருந்தபோதே கற்பழிக்கப் பட்டவர். அதன்மூலம் குழந்தை பிறந்தது. அவமானம் என்று கருதி, பிறந்த குழந்தையைத் தூக்கிப் போட்டு விட்டார். அந்தக் குழந்தையை யாரோ தூக்கி வளர்த்திருக்கிறார்கள். நிராகரிக்கப் பட்டுவிட்ட அந்தக் குழந்தைக்கு தன் தந்தை யாரென்று தெரியாது.

குழந்தை வளர்ந்து ஒன்பது வயதுச் சிறுமியாக இருக்கிறபோது அந்தப் பெண்ணைச் சிலர் தவறாகப் பயன்படுத்துகிறார்கள். வளர்ப்பவர்களில் ஒருவராலேயே அந்தச் சிறுமி கற்பழிக்கப் படுகிறாள். அவளது 13 வயதில், ஒரு குழந்தையைப் பிரசவிக்கிறாள். அந்தக் குழந்தை, பிறந்த சில நாட்களிலேயே இறந்து விடுகிறது.

இதுதான் அந்தப் பெண்ணின் பின்புலம்.

இப்படிப்பட்ட பெண்ணின் வாழ்க்கை என்னவாகியிருக்க வேண்டும்?

அந்தப் பெண் இதற்காகக் குத்துகாலிட்டு மூலையில் அமர்ந்து அழுது கொண்டிருக்கவில்லை. அந்தப் பெண்ணின் இன்றைய நிலை என்ன தெரியுமா? 13,500 கோடி சொத்துக்கு அதிபதி அவர்.

2008ல் மட்டும் இவரது ஆண்டு வருமானம் 1925 கோடி ரூபாய். மாதம் ஏறக்குறைய 160 கோடி.

பணம் மட்டுமல்ல, 1986ல் அகாடெமி அவார்டுக்கு நியமிக்கப் படுகிறார். எம்மி அவார்டுகள் பெறுகிறார்.

அந்தப் பெண்ணின் பெயர் ஓப்ரா வின்ஃப்ரே. தொலைக்காட்சிகளில் பார்த்திருக்கலாம். உலக அளவில் ஒளிபரப்பாகிற நிகழ்ச்சிகளில், மிகப் பிரபலமான 'டாக் ஷோ' அவர் நடத்துகிற நிகழ்ச்சி.

எவ்வளவு கடுமையான பின்புலம்! எவ்வளவு சீரழிக்கப்பட்ட அவலம். வாழ்க்கை முடிந்து போவதற்கான அத்தனைக் காரணங்களும் அவருக்கு இருந்திருக்கிறது. அவற்றைத் தூக்கிப்போட்டு மிதித்துவிட்டு, அவர் போய்ச் சேர்ந்த உயரம் அபாரமானது!

எவ்வளவு பெரிய மனவலிமை இருந்தால், உறுதியிருந்தால், எந்தக் குட்டையிலிருந்தாலும் எழுந்து உயர்வேன் என்று அந்தப் பெண்மணி இந்த அளவு உயர்ந்திருப்பார்கள்!

நம்முடைய உலகம் வெளியில் இல்லை. நம்மால் முடியும் என்று நினைத்தால், நாம் செய்ய முடியாதது எதுவுமே கிடையாது.

நம்முடைய உலகம் வெளியில் இல்லை. நம் மனதில் இருக்கிறது. நம்மால் முடியும் என்று நினைத்தால், நாம் செய்ய முடியாதது எதுவுமே கிடையாது.

பெரும்பாலானவர்கள் முடங்கிப் போவதற்குக் காரணம், அவர்களுடைய குணாதிசயம்தான். அவர்களின் உலகத்தை அவர்களே அவர்கள் பார்வையில், மனதில் சிறியதாகச் சுருக்கி வைத்திருப்பதுதான்.

நம்முடைய உலகம் வெளியில் இல்லை. நாம் செய்ய முடியாதது எதுவுமே கிடையாது. பெரும்பாலானவர்கள் முடங்கிப் போவதற்குக் காரணம், அவர்களுடைய குணாதிசயம்தான்.

➤➤➤

29

வாய்ப்பு வரும் முன் ஆயத்தமாக வேண்டும்

அமெரிக்கா. 1950கள். லெஸ் பிரவுன் என்ற இளைஞன், படிக்காதவன். வீட்டுக்கு அருகிலுள்ள வானொலி நிலையத்தில் வேலை செய்ய வேண்டும் என்று ஆர்வம் அவனுக்கு. ஒருநாள் வானொலி நிலையத்திற்குச் சென்று வேலை கேட்டு, ஓர் அதிகாரியைச் சந்திக்கிறான். அவர் கேட்கிறார்,

'நீ படித்திருக்கிறாயா?'

'இல்லை.'

'உனக்கு வர்ணனை செய்யத் தெரியுமா?'

'தெரியாது.'

'உனக்கு நிகழ்ச்சியைத் தொகுத்து வழங்கத் தெரியுமா?'

'தெரியாது.'

'அப்படியென்றால் உனக்கு வேலையில்லை.'

'நன்றி ஐயா.'

பணிவோடு சொல்கிறான். பவ்யமாக திரும்பிச் சென்று விடுகிறான்.

மறுநாள். அதே இடம். அதே மேலாளர். அதே லெஸ் பிரவுன், அதே வேண்டுகோளை வைக்கிறான்.

'ஐயா வேலை ஏதும் உள்ளதா?' அதே பதில் வருகிறது. அவனும் மாறாமல் அதே பவ்யத்துடன் நன்றி சொல்லி விடை பெறுகிறான்.

இப்படியே மூன்று நாட்கள் செல்கிறது...

வேலை இல்லை என்று சொன்ன போதும் தொடர்ந்து, விடாமல், கண்ணியத்தோடும், பவ்யத்தோடும் அவன் நன்றி சொல்லிப் போவதைக் கண்ட நிலைய அதிகாரி, நான்காவது நாள், 'எனக்கு உணவு வரவில்லை வாங்கி வர முடியுமா?' என்கிறார்.

உடனே ஓடிப்போய் வாங்கி வருகிறான். அதன்பின், வானொலி நிலையத்திலிருக்கிற அனைவரின் தேவைகளையும் கவனிக்கிற எடுபிடி ஆளாக வேலைகளைச் செய்து கொண்டிருக்கிறான்.

ஒருநாள் நிலைய அதிகாரி அவனை அழைத்து தரையைக் கூட்டிப் பெருக்கும் ஹவுஸ் கீப்பிங் வேலை செய்கிறாயா என்கிறார். சரி என்று சந்தோஷமாகச் சேருகிறான். வேலைதான் பெருக்கிக் கழுவுவது. ஆனால் அவன் தனது அந்த வேலையோடு நிறுத்திக் கொள்ளவில்லை. கூடுதலாக அங்கு என்ன நிகழ்ச்சிகளை எப்படித் தயாரிக்கிறார்கள், வர்ணனையாளர்கள் எப்படி நடந்து

கொள்கிறார்கள் என்பனவற்றையெல்லாம் உற்றுக் கவனித்து மனதில் உள்வாங்கிக்கொள்கிறான்.

வானொலி நிலையத்தில் வர்ணனையாளர்களில் ஒருவர் குடிகாரர். ஒருநாள், அவர் குடித்துவிட்டு வந்திருந்தார். அவரால் மேடையேற முடியவில்லை. கடைசி தருணத்தில் யாரை இப்போது மேடையேற்றுவது என்று நிலைய அதிகாரி பதறிப் போகிறார்.

என்ன செய்வது என்று யோசித்தவர், அப்போது பக்கத்திலிருந்த லெஸ் பிரவுனைப் பார்த்து சற்றுத் தயக்கத்துடனேயே நம்பிக்கையில்லாமல் அவனிடம் கேட்கிறார். 'லெஸ் பிரவுன் உன்னால் இந்த நிகழ்ச்சியைக் கையாண்டு சமாளிக்க முடியுமா?'

இந்த இக்கட்டான சூழலில் இவர் இப்படிக் கேட்பார் என்று யூகித்து, ஐந்து நிமிடத்திற்கு முன்பே, லெஸ் பிரவுன் தன் வீட்டிற்குப் போன் செய்திருந்தான். 'அம்மா வானொலிப் பெட்டியை பாடவிட்டுக் கொண்டிரு. இன்று உன் மகனின் குரலை நீ கேட்டாலும் கேட்கக் கூடும்' என்று சொல்லியிருந்தான்.

அன்று லெஸ் பிரவுன் வானொலியில் வர்ணனை செய்கிறார். இதற்குமுன் இப்படியொரு வர்ணனை நிகழ்ச்சியை எவரும் கேட்டதில்லை என்பதுபோல் பிரமாதமாகச் செய்து முடிக்கிறார். அற்புதமான வர்ணனை.

இது ஓர் அற்புத உதாரணம். வாய்ப்பு வருகிறவரை காத்திருப்பவர்கள் ஜெயிப்பதில்லை. வாய்ப்பு வருவதற்கு முன்பாகவே தன்னைத் தயார்படுத்திக்கொண்டு, வாய்ப்பு வருகிறபோது அதனைக் கவ்விக் கொள்கிறவர்கள்தான் ஜெயிக்கிறார்கள்.

> வாய்ப்பு வருகிறவரைக் காத்திருப்பவர்கள் ஜெயிப்பதில்லை. வாய்ப்பு வருவதற்கு முன்பாகவே தயார்படுத்திக்கொண்டு, வாய்ப்பு வருகிறபோது அதனைக் கவ்விக் கொள்கிறவர்கள் ஜெயிக்கிறார்கள்.

லெஸ் பிரவுன் இம்மாதிரியான வாய்ப்பு தனக்கு வரும் என்றெல்லாம் யோசித்திருக்கவில்லை. ஆனால் அவர் அந்த வானொலி நிலையத்தில் தன்னைச் சுற்றி நடப்பவைகளை ஆர்வத்துடன் கவனித்துக் கொண்டிருந்தார். எந்த இடத்தில் இருந்தாலும், அந்த இடத்தில் தன்னைச் சுற்றி நடப்பதை, வெற்றி பெற்றுத் தருபவனவற்றைக் கவனித்துக் கொண்டிருப்பவர்கள் ஜெயிக்கிறார்கள்.

எவர் ஒருவர் பணிவாக தொடர்ந்து முயற்சி செய்கிறாரோ அவரை எவராலும் உதாசீனப்படுத்த முடியாது.

உங்களுக்கு ஒன்று வேண்டுமென்றால், நீங்கள் திரும்பத் திரும்பக் கேட்க வேண்டும். ஒருமுறை கொடுக்கவில்லை என்றால் இரண்டாவது முறை கேலி பேசினாலும் மூன்றாவது முறை அரசியல் செய்தாலும் நான்காவது முறை, ஐந்தாவது முறை, ஆறாவது முறை... எத்தனை முறையானாலும் என்ன?

முயற்சியை விட வேண்டாம். விடக்கூடாது.

ஜெயிப்பவர்கள் கணக்குப் பார்ப்பதில்லை. இதுதான் வேண்டும் என்று உறுதியாக இருப்பவர்கள் எத்தனை முறை அவமானப் படுத்தப்பட்டாலும் புறக்கணிக்கப்பட்டாலும் தொடர்ந்து முயற்சிக்கிறார்கள், வெற்றி பெறுகிறார்கள்!

வாய்ப்பு வருகிற வரை காத்திருப்பவர்கள் ஜெயிப்பதில்லை. வாய்ப்பு வருவதற்கு முன்பாகவே தயாரித்து, வாய்ப்பு வருகிறபோது அதனைக் கவ்விக் கொள்கிறவர்கள் ஜெயிக்கிறார்கள்.

➤➤➤

30

மனம் விரும்பிச் செய்தால்...

நாம் ஏதோ ஒன்றின் மீது தவம் போன்ற கவனம் செலுத்துகிறபோது, அது எல்லாவற்றையும் கொண்டுவந்து கொடுக்கும்.

எலேனா இசின்பயெவா உலகத்தின் மிகச்சிறந்த போல் வால்ட் வீராங்கனை. ரஷ்யாவைச் சேர்ந்தவர். முதன் முதலாக 5 மீட்டர் உயரம் தாண்டிய பெண்மணி.

எலேனாவிடம் எப்படி உங்களால் இவ்வளவு உயரம் தாண்ட முடிகிறது என்று கேட்டபோது, 'முதலில் என் இதயம் கம்பிக்கு மேலே போய்விடும். பிறகு என் உடல் வேறு வழியில்லாமல் பின்னால் செல்லும். இதயம் போய்விட்டதென்றால் உடல் போய்த்தானே தீரவேண்டும்!' என்றார்.

நம்மால் முடியும் என்று நினைப்பதை நிச்சயமாகச் செய்யக் கூடிய வல்லமை நம்மிடமிருக்கிறது. இறைவன் எல்லோருக்கும் அந்தத் திறனை கொடுத்திருக்கிறான். சாதாரண நிலையிலிருந்து மேலே வந்தவர்கள் எல்லாம் அப்படி என்னால் முடியும் என்று நினைத்தவர்கள்தான். தன்னால் முடியாது என்று நினைத்தால் ஒரு பதர்கூட மேலே வரமுடியாது.

எலேனா இசின்பயெவாவின் சாதனைகள்...

Record Category	Performance	Date
World Youth Record	4.10 m	July 1999
World Junior Championship	4.20 m	October 2000
European Junior Championship	4.40 m	July 2001
World Junior Record	4.46 m	August 2001
World Junior Record	4.47 m	February 2001
European U-23 Championship	4.65 m	July 2003
Olympic Record	4.91 m	August 2004
Olympic Record	5.05 m	August 2008
World Indoor Championships	4.86 m	March 2004
World Championships	5.01 m	August 2005
European Indoor Championships	4.90 m	March 2005
European Championships	4.80 m	August 2006
World Record (Indoor)	5.01 m	February 2012
World Record (Outdoor)	5.06 m	August 2009
IAAF Golden League	5.06 m	August 2009

என்னால் முடியும் என்று நினைக்கிற மனிதர்கள், முனைகிறார்கள், முளைக்கிறார்கள், ஜெயிக்கிறார்கள். எவர் ஒருவர் தன்னால் முடியும் என்ற நினைப்புடன் முனைந்து நிற்கிறாரோ அவரைக் கீழே சாய்க்கவே முடியாது.

எலேனாவின் இமாலய சாதனைகளுக்கு மற்றொரு முக்கிய காரணம், அவரது மிக உயர்வான முன்மாதிரி. இவ்வளவு சாதனைகள் தான் செய்தாயிற்று இன்னும் ஏன் பல மணி நேர உழைப்பு பயிற்சி தியாகங்கள் போன்றவை என்று கேட்டிருக்கிறார்கள். அவர் சொன்ன பதில் ‘அவரை’ நிறுத்தச் சொல்லுங்கள் நானும் நிறுத்துகிறேன் என்பது போன்ற பதில்.

‘அவரை’ என்று எலேனா கூறியது, சர்கே புப்கா என்ற மற்றொரு போல்வால்ட் வீரர் குறித்து. பெண்கள் பகுதியில் அத்தனை சாதனைகளையும் செய்திருக்கிறார் என்றால், அதே போல்வால்ட் போட்டிகளில் ஆண்கள் பிரிவில் அதைவிடக் கூடுதலான உலக சாதனைகளைச் செய்தவர் புப்கா. அவுட்டோர் போல் வால்ட்டில் 17 உலக சாதனைகள். இண்டோர் போல் வால்ட்டில் 18 உலக சாதனைகள்.

அவரைத் தன்னுடைய முன்மாதிரியாக எடுத்துக்கொண்டு பல சாதனைகள் செய்தபின்பும் ஓயாமல், சர்கேயைக் காட்டிலும் கூடுதலாக உலக சாதனைகள் செய்ய முயன்றிருக்கிறார் எலேனா.

➤➤➤

எவர் ஒருவர் தன்னால் முடியும்
என்ற நினைப்புடன் முனைந்து
நிற்கிறாரோ அவரைக்
கீழே சாய்க்கவே முடியாது.

31

ஒன்றின் மீது முழு கவனம்

அது அரசர்கள் காலம். ஒருவன் தவறு செய்துவிட்டான். செய்த தவறுக்கு தண்டனையை அறிவித்து, அவனையே தண்டனையை தேர்வு செய்துகொள்ள 'சாய்ஸ்' கொடுத்தார்கள்.

'ஒரு வீசை வெங்காயத்தை பச்சையாகக் கடித்து சாப்பிட வேண்டும் அல்லது நூறு கசையடிகள் வாங்கிக் கொள்ள வேண்டும் அல்லது 10 பவுன் அபராதம் கட்ட வேண்டும். மூன்றில் எதுவென்று சொல். அதைச் செய்தால் போதும்' என்றார் அரசர். அவன் யோசித்தான்.

'நாம் எதற்காக 10 சவரன் தங்கத்தை அபராதமாகக் கட்டி நஷ்டப்பட வேண்டும்? எதற்காக கசையடி வாங்கி உடலை புண்ணாக்கிக் கொள்ள வேண்டும்? அந்த இரண்டையும்விட வெங்காயத்தைக் கடித்துச் சாப்பிட வேண்டும் என்கிற தண்டனை சுலபம்தானே! அதுவும் வெங்காயம் வீட்டில் நாம் சாப்பிடும் பொருள்தானே!' என்று நினைத்தான்.

எனவே வெங்காயத்தைச் சாப்பிடுவதாக ஒப்புக் கொண்டு சாப்பிடத் தொடங்கினான். நான்கு ஐந்து வெங்காயம்கூட சாப்பிட்டு இருக்கமாட்டான். அதற்குள்ளாகவே எரிச்சல் தாங்கவில்லை. நாக்கு புண்ணாகியது. கண்களிலும் மூக்கிலும் நீர் கொட்ட ஆரம்பித்தது. 'ஐயா என்னால் முடியாது, கசையடியே கொடுத்துவிடுங்கள்' என்றான்.

கசையடி ஆரம்பித்தது. தொடங்கிய சில நிமிடங்களிலேயே முதுகுத்தோல் உரிந்து ரத்தம் வழிந்தது.

'ஐயா, ஐயா... போதும் நிறுத்துங்கள். நான் 10 பவுன் அபராதமே தந்து விடுகிறேன். என்னை விட்டு விடுங்கள்!' என்றான். தங்கத்தைக் கொடுத்தான்.

வெங்காயம் தின்று அவஸ்தைப்பட்டு, கசையடி வாங்கி தோலுரிந்து, கடைசியில் பவுன்களையும் கொடுத்தான் அவன். இப்படிச் செய்ததற்கு அவன் தொடக்கத்திலேயே 10 பவுன் அபராதம் கட்டி விட்டிருக்கலாம். ஒரு தண்டனைக்குப் பதில் அவன் மூன்றையுமே அனுபவித்துவிட்டான்.

வியாபாரமோ, படிப்போ, மணவாழ்க்கையோ எதைத் தேர்வு செய்தாலும், யோசிக்கிறபோது பலவற்றையும் யோசியுங்கள். பின், முடிவெடுத்த ஒன்றை உறுதியாகச் செய்யுங்கள்.

தச்சர்களைப் பற்றி ஒரு வாசகம் உண்டு. 'தச்சர்கள் பலமுறை அளப்பார்கள், ஒரு முறை அறுப்பார்கள்' என்று. அறுத்த பிறகு அளக்க முடியாது, அதனால் பலனில்லை.

வாழ்க்கையில் வெற்றி பெற்றவர்களைப் பாருங்கள்! ஏதோ ஒன்றின் மீது இதுதான் என்று உறுதியோடு, நம்பிக்கையோடு நிற்கிறார்கள். அப்படிப் பல வெற்றியாளர்கள் இருக்கிறார்கள்.

உலகத்தில் எந்த வெற்றியாளரையும் ஆராய்ந்து பார்த்தால் தெரியும். அவர்கள் எல்லாம் ஏதோ ஒன்றின் மீது வைத்த கண்ணை எடுக்காமல் இருந்திருக்கிறார்கள். அவர்களது மொத்த ஆற்றலையும், வேகத்தையும், உழைப்பையும் அவர்கள் விரும்புகிற அந்த ஒன்றின் மீது குவித்திருக்கிறார்கள். அப்படிச் செய்கிறபோது, வெற்றியைத் தவிர வேறு என்ன கிடைக்கும்!

➤➤➤

> உலகத்தில் வெற்றி பெற்றவர்கள்
> அனைவரும், இதுதான் என்று உறுதியோடு
> மொத்த ஆற்றலையும், வேகத்தையும்,
> உழைப்பையும் அவர்கள் விரும்புகிற
> ஒன்றின் மீது குவித்திருக்கிறார்கள்.

32

சொந்தமாகவும் எழுது

இதயம், நுரையீரல், சிறுநீரகம், கணையம் எல்லாம் உடலின் உள்ளே இருக்கும் உறுப்புகள். கை கால் கண் போன்றவற்றில் இருந்து வேறுபடுவை. அவைகள் உடலின் உள்ளே இருப்பவை என்பதால் மட்டுமல்ல வேறுபாடு.

அவையெல்லாம் தானாகவே செயல்படுபவை. நாம் விழித்திருந் தாலும் உறங்கினாலும், ஏன், சுயநினைவு இல்லா விட்டாலும்கூட, அவை அவற்றின் போக்கில் இயங்கிக் கொண்டே இருக்கும். அவற்றுக்கு, 'இதைச் செய்', 'இப்படிச் செய்' 'இவ்வளவு செய்' என்றெல்லாம் நாம் ஆணையிடத் தேவையில்லை.

ஆனால், கண்கள், கை கால்கள் அப்படியில்லை. அவை என்ன செய்யவேண்டும் அல்லது செய்யக்கூடாது என்பதை நாம் சொல்ல முடியும். அவையும் கேட்கும். அந்த உறுப்புகள் நம் கட்டுப்பாட்டில். நாம் நினைப்பதை, சொல்வதைத்தான் அவை செய்யும்.

உடலுக்கு உள்ளே இருக்கும் தானியங்கிகளுக்கும் வெளியே இருக்கும் சில உறுப்புகளுக்கும் இருக்கும் இன்னொரு வித்தியாசம் அவற்றின் செயல்களிலே காணப்படும்.

இதயம் என்றால் வெண்ட்ரிக்களும் ஆரிக்களும் சுருங்கி விரிந்து கொண்டே இருக்க வேண்டும். நாள் முழுவதும், ஆண்டு முழுவதும்

> முன்னேறுவதற்குச் சுயமாக சிந்திக்க வேண்டும். அது தன்னால் நிகழாது. நாம்தான் நமக்கே கட்டளை இடவேண்டும்.

ஆயுள் வரைக்கும். வேலையில் வேறுபாடில்லை. இப்படிச் செய் என்று சொல்லவோ, சரியாகச் செய்கிறதா என்று மேற்பார்வை பார்க்கவோ தேவையில்லை. நுரையீரல், கணையம், சிறுநீரகம் ஆகியவற்றின் வேலைகளும் இப்படிப்பட்ட, அதிக வேறுபாடு இல்லாத ஒரே மாதிரியானவைதான்.

மூளை தவிர பிற உள் உறுப்புகள் அனைத்துமே அப்படித்தான்.

அந்த உள் உறுப்புகளின் செயல்கள் நடப்பது உறுதி. அவை உயிர்வாழ அவசியமானவை. போதுமானவை.

ஆனால் அவற்றால் ஒருவருடைய வாழ்க்கையை மாற்றி அமைத்து விட முடியுமா? முடியாது.

கண்கள், காதுகள், கை கால்கள் போன்ற புற உறுப்புகள் வேறு விதமானவை. அவற்றால் மிக கடினமானவற்றையும், வித்தியாசமானவற்றையும் செய்யமுடியும். ஆனால் அந்த புற உறுப்புகள் தானே ஏதும் செய்யாது. அவை என்ன செய்யவேண்டும் என்று நாம்தான் சொல்லவேண்டும். நாம் சொன்னதைச் செய்யும்.

சிலர் செய்கிற ஒரே மாதிரியான பாதுகாப்பான சீரிய வேலைகள் உயிர்வாழப் போதுமானவை. ஆனால் அவற்றால் முன்னேற்றம் வராமல் போகலாம். முன்னேறுவதற்குச் சுயமாக சிந்திக்க வேண்டும்.

வித்தியாசமாக, சூழ்நிலைக்கு ஏற்ப செயல்பட வேண்டும். வேறுபாடுகள் காட்டவேண்டும். அது தன்னால் நிகழாது. நாம் தான் கட்டளை இடவேண்டும். நமக்கே.

➤➤➤

33

வருவதற்கு முன்பே...

தெரிந்தவர் வீட்டுக்கு போயிருந்தேன். காபி கொடுத்தார்கள். அதில் சீனி போட்டிருந்தது. 'அடடா! உங்களுக்கு தவறுதலாக சீனி போட்டு விட்டோம்' என்றார்கள். மேலும், 'அப்படியே வைத்து விடுங்கள். வேறு ஒரு காப்பி எடுத்து வருகிறேன்' என்றார் அந்த அம்மாள்.

'பரவாயில்லை. இதையே குடிக்கிறேன். வீணாக்க வேண்டாம்' என்றேன்.

'உங்களுக்கு சுகர் இருக்கிறதல்லவா? வேண்டாம். வைத்து விடுங்கள்.'

'இல்லையே. எனக்கு சர்க்கரை வியாதி இல்லை.'

'அப்படியா? பிறகு ஏன்? எப்போதும் சீனி இல்லாமல் காபி கேட்கிறீர்கள்?'

'எப்படியும் ஒரு வயதிற்குப்பிறகு உணவில் சர்க்கரையைக் குறைத்தாகவேண்டும். அப்படி ஒரு நிலை வருவதற்கு முன்பாகவே நானாகவே காபி டீக்கு சீனி போட்டுக்கொள்வதை நிறுத்திக் கொண்டுவிட்டேன். அது பழகியும் ஆகிவிட்டது. அதனால் எனக்கு சங்கடம் இல்லை. அதே நேரம் எனக்குப் பிடித்த சில இனிப்புகளை அச்சமின்றி சாப்பிட முடிகிறது. இதோ இப்போது நடந்தது போல எப்போது ஏதாவது தவறி நடந்தாலும் பிரச்னையில்லை.'

இதே அணுகுமுறை இன்னும் சிலவற்றுக்கும் பொருந்தும். வேறு சில என்றால் இதே போன்ற சூழ்நிலைகள்.

பின்னால் ஆனாலும் ஆகலாம் என்கிற ஒரு சூழ்நிலை. அந்த சூழ்நிலை வந்துவிட்டால் அதை சமாளித்தாகவேண்டும். சிரமம். அப்படி ஒரு சூழ்நிலை வந்தபின் சிலர் ர்அதை சமாளிப்பார்கள். சிலரால் சமாளிக்க முடியாது. தவிப்பார்கள். சமாளிக்கும் சிலருக்கும் அது, கம்பி மேல் நடப்பதுபோலதான். பார்த்து பார்த்து கவனமாக செய்யவேண்டியிருக்கும். கொஞ்சம் தவறினாலும் சங்கடம் ஆகிவிடும்.

டயபடீஸ் என்ற ரத்தத்தில் சர்க்கரை அளவு அதிகரிப்பது அப்படிபட்ட வந்தாலும் வரலாம் என்கிற ஓர் நிலை. வருவதற்கு முன்பிருந்தே அது வராமல் தள்ளிப்போடும் வழிகளை செய்யமுடியும். அதுதான் மேலே பார்த்தது.

அப்பட்டிப்பட்ட வரும்முன் காத்துகொள்ள இன்னும் சிலவும் இருக்கின்றன.

ஒருவரது சம்பாத்தியம் ஒரு அளவு என்றால் அவரது செலவுக்கான தேவைகள் வேறு அளவில் இருக்கும். சிலர் தேவைகளைக் குறைத்துக்கொள்ளாமல், வருமானம் முழுவதையும் செலவு செய்துவிடுவார்கள். (சர்க்கரை வந்தால் பார்த்துக்கொள்ளலாம் என்பது போல). சேமிப்பே இருக்காது. வாழ்க்கையின் பிற்பகுதியில் எதிர்பாராத சில கூடுதல் தேவைகள் வராமல் போகலாம். வந்தாலும் வரலாம். அப்படி ஒன்று அல்லது சில வந்துவிட்டால்?

பெரிய அளவில் பணத்தேவைகள் வராத போதே, வந்துவிட்டது போல குறைவாய் செலவு செய்து சேமித்தவர்கள், சமாளித்து விடுவார்கள். வந்தால் பார்த்துக்கொள்ளலாம் என்றிருந்தவர்கள், மாட்டிக்கொள்வார்கள்.

உடற்பயிற்சியும் கூட அப்படித்தான். என்னால் முடியவில்லை என்று உடலின் பகுதிகள் உறுப்புகள் சொல்லாதபோதே, தொடர்ந்து நேரம் ஒதுக்கி செய்பவர்கள், பின் எப்போதாகிலும் வேலை பளு அல்லது மற்ற பொறுப்புகள் காரணமாக உடற்பயிற்சி செய்ய முடியாவிட்டாலும் பெரிய பாதகமில்லை. தொடர்ந்து பல ஆண்டுகள் செய்ததன் பலன் உடம்பில் இருந்து காப்பாற்றும்.

நட்பிலும் உறவுகளிலும் கூட இந்த முன்னெச்சரிக்கையாய் நடந்துகொள்ளல், தவறி கைமீறும் போது காப்பாற்றும்.

நன்கு பேசி, பழகி, நடந்துகொண்டு நம்பிக்கையை உருவாக்கி வைத்திருப்பவர்கள், எப்போதாகிலும் தப்பித்தவறி கொஞ்சம் கோபப்பட்டாலோ அல்லது ஏதாவது வார்த்தையை தவற விட்டாலோ ஒன்றும் ஆகி விடாது. மக்கள் புரிந்துகொள்வார்கள். ஆனால், எப்போதும் பாராட்டாதவர், கெடுபிடியாக நடந்து கொண்டவர், தன் உரிமைகளையே பேசியவர் ஏதேனும் வார்த்தை தவறவிட்டால்? மற்றவர் தவறுகளை புரிந்துகொண்டு மன்னிக்காதவர், தவறி ஏதும் வார்த்தை விட்டுவிட்டால்? சிக்கல்தான். பெரும் டயபெட்டீஸ்காரர், ஆசையில் இரண்டு லட்டு சாப்பிட்டுவிட்டது போலதான்.

ரயில்வே தண்டவாளங்கள் குறித்து பள்ளிப்பாடத்தில் படித்திருக்கலாம். அல்லது கவனித்திருந்தால் கூட தெரியும்.

ஜோடியாக ஓடுகிற ஒவ்வொரு தண்டவாளத்திலும் ஆங்காங்கே சின்ன சின்ன இடைவெளிகள் விடப்பட்டிருக்கும். அவை வேண்டுமென்றே விடப்பட்டவை.

அப்படிச் செய்யக் காரணம் இருக்கிறது. கோடைகாலங்களில் வெப்பம் காரணமாக இரும்புத் தண்டவாளம் விரிவடையும். இடைவெளி இல்லாமல் ஒரே நீள கம்பியாக தண்டவாளம் போடப்பட்டிருக்கும் பட்சம் என்ன ஆகும்?

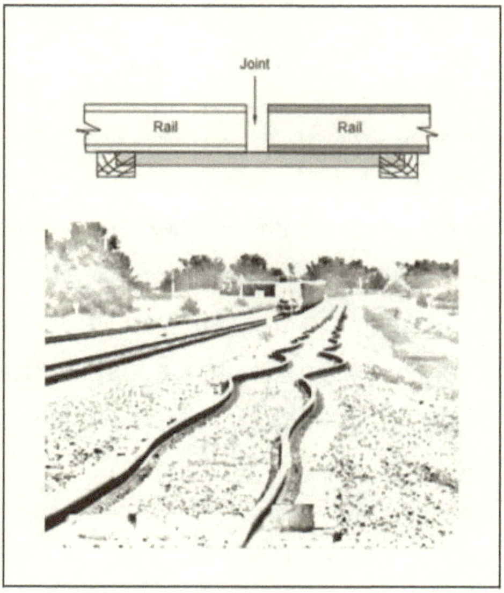

விரிவடையும் இரும்பு, தண்டவாளத்தின் நீளத்தை அதிகரிக்கும். ஆனல், நீளும் தண்டவாளத்தின் புதிய பகுதிக்கு அங்கே இடமில்லாமல் அவை பக்கவாட்டில் வளைய வேண்டிவரும். அதன் மேல் ஓடும் ரயிலுக்கு ஆபத்து.

அதைத் தவிர்க்கத்தான் இடைவெளி விடுவது. வெப்பம் இல்லாத போதே இடைவெளிவிட்டால்தான், வெப்பத்தின் போது சமாளிக்க முடியும்.

இந்த அணுமுறைதான் மேலே பார்த்தவைகளிலும் வேண்டும்.

தேவைப்படும் முன்பிருந்தே உணவுக் கட்டுப்பாடு, செலவுகள் கண்ணுக்குத் தெரியாதபோதிருந்தே அவற்றுக்கான சேமிப்பு, சின்ன வயதில் இருந்தே உடற்பயிற்சி, எப்போதும் இணக்கமான உரையாடல், சினேகமான உறவுநிலை போன்றவை தண்ட வாளத்தில் நடுநடுவே 'ஸ்பேஸ்'விடுவது போலதான்.

விட்டவர்கள் தப்பித்துக்கொள்கிறார்கள். விடாதவர்கள் ஆபத்தைச் சந்திக்கிறார்கள்.

➤➤➤

> பெரிய அளவில் பணத்தேவைகள் வராத போதே, வந்துவிட்டது போல குறைவாய் செலவு செய்து சேமித்தவர்கள், சமாளித்து விடுவார்கள். வந்தால் பார்த்துக்கொள்ளலாம் என்றிருந்தவர்கள், மாட்டிக்கொள்வார்கள்.

34

ஏமாளி - சாமர்த்தியசாலி

மனிதர்களை எத்தனையோ அடிப்படைகளில் பிரிக்கலாம். அவற்றில் ஒன்று அவர்கள் மற்றவர்களிடம் எப்படி நடந்து கொள்ளுகிறார்கள் என்பதன் அடிப்படையில். அதைவைத்து மனிதர்களை மூன்று வகைகளாகப் பகுக்கலாம்.

முதல் வகையினர் ஏமாளிகள். எந்தப் பரிவர்த்தனையிலும் எவரிடமும், இவர்கள் கொடுப்பது அதிகமாகவும், பெறுவது குறைவாகவும் இருக்கும்.

இரண்டாம் வகையினர், எச்சரிக்கையானவர்கள். இவர்கள் எவருக்கும் குறைந்துக்கொடுப்பதோ அல்லது மற்றவர்களிடம் இருந்து கூடுதலாக வாங்கிக்கொள்ளுவதோ இல்லை. இவர்கள் ஏமாற மாட்டார்கள். எச்சரிக்கையாக இருப்பார்கள். எதிலும் கணக்குப் பார்ப்பார்கள். எண்ணி எண்ணி நடந்துகொள்ளுவார்கள். அவர்களுக்கு செய்பவர்களுக்கு மட்டும் அதுவும் அவர்கள் செய்த அளவு மட்டும் செய்வார்கள். மற்றவர்களுக்கு இல்லை.

மூன்றாம் வகையினர் சாமார்த்தியசாலிகள். அதிக தன்முனைப்பு உள்ளவர்கள். எதிலும் சாமார்த்தியம் காட்டுவார்கள். பிரமாதமாக வாதம் செய்வார்கள். விட்டுக்கொடுக்கவே மாட்டார்கள். மாறாக தங்களுக்குச் சேரவேண்டியதைக் காட்டிலும் கூடுதலாக பெறுவதிலே குறியாக இருப்பார்கள். பெறவும் செய்வார்கள்.

பரிவர்த்தனைகள் என்றால் அது பணம் சார்ந்தது மட்டும் இல்லை. எல்லா கொடுக்கல் வாங்கல்களும் இதில் அடங்கும். உரையாடல், அன்பு, உதவி, ஆலோசனை, காத்திருத்தல், மரியாதை, விட்டுக்கொடுத்தல், கற்றுக்கொடுத்தல், என்று இரு வேறு மனிதர்களுக்குள் நடப்பன எல்லாமே பரிவர்த்தனைகள்தான்.

மூன்றில் எந்த வகை சிறந்தது?

மூன்றுமே சரியில்லை என்று சொல்லலாம். எப்போதும் விட்டுகொடுப்பவரை ஏமாளியாகத்தான் உலகம் பார்க்கும். தவிர ஏன் எல்லாவற்றிலும் இப்படி இருக்கவேண்டும்!

இரண்டாம் வகையினர் இவ்வளவு கணக்குப் பார்க்கவேண்டுமா? எல்லா நேரமும் எல்லோரிடமும் இப்படி நடந்துகொள்ள வேண்டாமே. சமயங்களில் நாம் கொஞ்சம் கூடுதலாகத்தான் செய்துவிட்டால் என்ன? அப்படி என்ன கணக்குப் பார்ப்பது. இதனால் மன அழுத்தம் பெறுவது மட்டுமே பலனாக இருக்கமுடியும்.

மூன்றாம் வகையினரைப் பற்றி சொல்லவேண்டியதில்லை. மற்றவர்கள் ஒதுக்கிவிடுவார்கள்.

ஒவ்வொரு நேரம் ஒவ்வொரு மனிதரிடம், அப்போதையை நிலையை , தேவைகளை சூழ்நிலைகளைப் பொருத்து விட்டுக்கொடுத்தும் நடந்துகொள்ளலாம். தெரிந்தே விடலாம். தெரிந்தே சற்று இழக்கலாம்.

எல்லாமே நமக்கு முக்கியமாக இருக்க முடியாது. அதனால் நமக்கு அவ்வளவு அவசியமில்லாதவற்றில் மற்றவர்களுக்கு இடம் கொடுக்கலாம். அவர்கள் வெற்றிபெற வாய்ப்பு கொடுக்கலாம். அதன்பிறகு நமக்கு முக்கியமானவற்றில், கெடுபிடியாகவே, கணக்காகவே நடந்துகொள்ளலாம். தவறில்லை. புரிந்து கொள்ளுவார்கள்.

நமக்கு முக்கியம் இல்லாததில் அல்லது எவருடன் பரிவர்த்தனை செய்கிறோமோ அவருக்கு நம்மைக் காட்டிலும் கூடுதல் அவசியம் என்கிற நிலையில், நாம் கெடுபிடியாக , ரூல் படி நியாயப்படி என்று நடந்துகொண்டால்!

ஏற்றுக்கொள்ளமாட்டார்கள். எல்லாவற்றையும் நூல் பிடித்து அளக்கமுடியாது.

‘அவன் செய்தானா, கேட்கிறானே!’

‘நான் ஏன் தரவேண்டும். இதில் அவளுக்கு என்ன உரிமை இருக்கிறது?’

‘எனக்குப் பின்னால் இது தேவைப்படாது என்று எவராலாவது உறுதியாகச் சொல்லமுடியுமா?’

என்றெல்லாம் கேட்பர்கள். பதில் சொல்லமுடியது. தேவை இருப்பவர் தலையை குனிந்துகொண்டு போய்விடலாம். ஆனால் அவர் மனதில் என்ன தோன்றும்? பார்த்துக்கொண்டிருப்பவர்களால் வெளிப்படையாக ‘உனகுத்தான் இவ்வளவு இருக்கிறதே! பாவம் அவன் இல்லாதவன் ஆசைப்படுகிறான். கொடப்பா’ சொல்ல பயப்படலாம். ஆனால் அவர்கள் மனதில் என்ன நினைப்பார்கள்?

சிலவற்றில் சில நேரம் விட்டுக்கொடுப்பவர்களின், மற்றைய நேர கெடுபிடி ஏற்றுக்கொள்ளபடும். தேவையோ இல்லையோ, அவசியமோ இல்லையோ சமார்த்தியம் காட்டுபவர்களின் மீது அசூசைதான் ஏற்படும் ஏன், சமயத்தில் வெறுக்கக்கூட செய்வார்கள்.

பழக்காரி பழம் கூறுகட்டி விற்கிறார். வாங்க வருகிறவர் ஒவ்வொரு கூறாகப் பார்க்கிறார். ஒன்றிரெண்டு பழங்கள் சுமாராக இருந்தாலும் அதே கூறில் வேறு சில பழங்கள் விரும்பும்விதமாக இருந்தால், அந்தக் கூறை வாங்கிக்கொள்ளுவார். எல்லாப் பழங்களும் அழுகியும், சூம்பியும் இருந்தால்? சீந்துவார்களா?

பழைய பொருட்கள் வாங்க வருகிறவன் நாம் தூக்கி எறிய வைத்திருக்கும் குப்பைகளுக்கு கூட ஒரு பணம் சேர்த்துத் தருவான். காரணம் நாம் கொடுக்கிறவற்றில் ஏதோ ஒன்று அவனுக்கு ஆதாயமாக இருக்கும் என்பதால்தான். அப்படி எதுவுமே இல்லாத ஒரு குவியலை அவனிடம் கொடுத்தால், மதிப்பானா, வாங்குவானா?

எல்லாவற்றிலும் சாமார்த்தியம் காட்டுபவர்களின் நிலையும் அப்படி ஆகிவிடும். எல்லா பரிவர்த்தனைகளிலும் நாமே ஆதாயம் அடையவேண்டும், வெற்றிபெறவேண்டும் என்பதில்லை. சில சமயங்களிலேனும் சிலவற்றிலேனும் நாம் சமார்த்தியம் காட்டாமல் இருக்கலாம். அதுவும் கூட சாமார்த்தியம்தான்.

கந்துவட்டிக்காரன் கறாராக பணம் வசூலிப்பது போலத்தான். ‘உன் நிலைமை என்னவாக இருந்தால் எனக்கு என்ன, எனக்குத் தர

ஒப்புக்கொண்டதைத் தா' என்பது போல. 'அந்தப் பணத்தை வாங்கி நான் ஊதாரித்தனமாகக் கூட செலவு செய்வேன், ஆடம்பரமாக வாழ்வேன். ஆனால், நீ தாலியை விற்றாவது சரியான நேரத்திற்கு எனக்கு சேரவேண்டியதை பைசா பாக்கியில்லாமல் தந்து விடவேடும்.'

இப்படி நடப்பவர்களை விட்டு பலரும் விலகி, அவர்களுடைய வீழ்ச்சிக்காக சிலர் சாபமிடவும் காத்திருக்கக்கூட கூட ஆரம்பித்து விடுவாகள்.

உண்ட இலையில் மீதம் இருப்பனவற்றைச்சாப்பிட சில ஜீவராசிகள் காத்திருக்கின்றன. சுத்தமாக வழித்து, துடைத்து சாப்பிடாதே. கொஞ்சமேனும் விட்டு வை.

நீ வாதத்தில் திறமைசாலிதான். அதற்காக அடுத்தவரை நெருக்கி நெருக்கி, சுவற்றோரம் தள்ளிக்கொண்டு போய், மூச்சு முட்ட முட்ட பேசாதே

➤➤➤

எல்லாமே நமக்கு முக்கியமாக
இருக்க முடியாது. அவசியமில்லாதவற்றில்
மற்றவர்களுக்கு இடம் கொடுக்கலாம்.
அவர்கள் வெற்றிபெற வாய்ப்பு
கொடுக்கலாம்.

35

வெற்றிதரும் பேச்சு

ஒரு நிகழ்ச்சிக்குப் போயிருந்தேன். நிகழ்ச்சி தொடங்குவதற்கு முன் சிறப்பு விருந்தினர்களுக்கு சிறுண்டிக்கு ஏற்பாடு செய்திருந்தார்கள். நிகழ்ச்சி ஏற்பாட்டுக்குழுவினர், அவர்கள் நண்பர்கள் என சுமார் 20 பேர் இருந்தார்கள்.

புஃபேயில் இருந்த உணவை எடுத்துக்கொண்டு நின்றபடி சாப்பிட்டுக் கொண்டிருந்தேன். அதுபோன்ற சமயங்களில் அறிமுகமில்லாத சிலரும் வந்து பேசுவார்கள். வேறு சிலர் வர , பேசிக்கொண்டிருந்தவர் நகர்ந்து விடுவார். இப்படியாக அதுபோன்ற சமயங்களில் பலருடன் சிறு சிறு உரையாடல்கள் நடக்கும்.

'உங்கள் புத்தகங்கள் படித்திருக்கிறேன்', 'தொலைக்காட்சி நிகழ்ச்சியை பார்த்தேன்' என்பது போல சொல்வார்கள். இவையெல்லாம் சிறிய அளவிலான, மரியாதை நிமித்தம், பிரியத்தைக் காட்டுகிற சிறு பேச்சுக்கள். ஆனால், எல்லோரும் அப்படிப்பட்டவர்கள் அல்ல.

சிலர் பேச ஆரம்பிப்பார்கள். தொடர்ந்து பேசிக்கொண்டே இருப்பார்கள். அவர்கள் பெயர், ஊர், செய்யும் வியாபாரம், அதன் சாதக பாதகங்கள் என சொல்லிக்கொண்டே போவார்கள். அதன்பின். 'நான் இதை இப்படி செய்கிறேன். அதை செய்வதே இல்லை.

சரி தானா? வேறு எப்படி செய்யலாம்?' என்பது போல மிகக் குறிப்பான கேள்விகள் கேட்பார்கள்.

சாப்பிட்டு முடித்துவிட்டு, கையில் காலித்தட்டுடன் நிற்போம். தவிர, நம்முடன் பேச விரும்பும் இன்னும் சிலர் நம் அருகில் நிற்பார்கள். பேசிக்கொண்டேயிருப்பவர் அவற்றை கவனிக்கவோ, அவற்றுக்கு முக்கியத்துவம் கொடுக்கவோ மாட்டார்கள். தொடர்ந்து பேசுவார்கள். மொத்தத்தில் அன்றைய அந்த விருந்து நேரத்தை மொத்தமாக ஆக்கிரமித்துக் கொண்டு விடுவார்கள். இதேபோல, மேடையில் அமர்ந்திருக்கையில், வேறு சில சந்தர்ப்பங்களிலும் சிலர் நடந்துகொள்வார்கள்.

இது போன்ற அனுபவங்கள் உங்களில் சிலருக்கும் ஏற்பட்டிருக்கலாம் அல்லது, அப்படி நடப்பதை கவனித் திருக்கலாம். அப்படிப்பட்டவர்கள் செய்வது சரியில்லை என்று இதை படிக்கையிலேயே தெரியவந்திருக்கும். தனியாக எடுத்துச் சொல்ல வேண்டியதில்லை.

'அப்படிப்பட்ட அந்த ஒரு சிலர் ஏன் அப்படி நடந்து கொள்கிறார்கள்?' என்ற கேள்விக்கு பதில் சொல்வதென்றால், அதிக ஆர்வம், அறியாமை, வேகம் மற்றும் கொஞ்சம் சுயநலம் என்றெல்லாம் சொல்லலாம் .

அவர்களால் மற்றவர்களுக்கு சிரமம்; மற்றவர்களுக்கு வாய்ப்பு பறிபோகிறது என்பதெல்லாம் சரி .குறைந்தபட்சம் அப்படி செய்யும் அவர்களுக்காவது ஏதாவது பலன் கிடைக்க வேண்டுமல்லவா? அதுவும் கிடைக்காது என்பதுதான் உண்மை.

ஏன் தெரியுமா? அதுபோன்ற இடங்களில் , சூழ்நிலைகளில் எவராலும் ஓரளவிற்கு மேல் கேட்டுக்கொள்ள இயலாது. அந்த மனநிலை இருக்காது. மிகஅதிகமான விவரங்கள் (Information overload) முடிவு செய்ய தேவைப்படும் விபரங்கள், முடிவுகள் போன்றவற்றையெல்லாம், தற்செயலாக சந்திக்கும், தற்காலிகமாக சந்திக்கும் ஒருவரிடம் கேட்பது பலன் தராது. எவருமே மேலோட்டமாக பேசி, சிரித்து அறிமுகமாகிக்கொண்டு நகர்ந்து போகும் மன அதுபோன்ற சமயங்களில் இருப்பார்கள். அதனால் தேவையான பதில்கள் நிச்சயமாக கிடைக்காது. தவிர அடுத்த முறை சந்திக்கையில் ஒதுங்கிவிடும், தவிர்த்துவிடும் ஆபத்துகளும் உண்டு.

இதுபோன்ற நேரங்களில் செய்ய வேண்டியது 'ஸ்மால் டாக்' (Small Talk) மற்றும் நன்மதிப்பு பறிமாறல்கள் (Exchanging Plesantaries) மட்டுமே. பொதுவான, சின்னச்சின்ன, சங்கடம் ஏற்படுத்தாத, நினைவுப் படுத்தி பதில் சொல்ல கட்டாயப்படுத்தாத உரையாடல்கள்தான் சரி.

தனக்கு முன்னால் நடந்து கொண்டிருந்த ஒருவர், திடீரென்று தன்னுடன் சேர்த்து அவரை செல்பி எடுக்கமுயன்றபோது, நடிகர் சிவக்குமார் அந்த செல்போனை பிடுங்கி எறிந்தது நினை விருக்கலாம். அவருடைய அந்த செய்கை, அந்த ஒருவர் மீதான கோபமா? அந்த ஒரு நிகழ்வால் ஏற்பட்டதா? இல்லை அதற்கு முன் பலர் அதுபோல செய்திருக்கலாம். அவற்றால் சேர்ந்திருந்த எரிச்சல்களின் இறுதி வெளிப்பாடுதான் அன்று நடந்தது.

அதேபோல, சமீபத்தில் நடந்துமுடிந்த வாக்குப்பதிவின்போது வாக்களிக்க வந்த நடிகர் அஜீத்குமார் அவருக்கு முன்னால் அவரிடம் சொல்லாமல் அவரை செல்பி எடுக்க முயன்ரவரின் செல்போனை பிடுங்கிவிட்டார் என்பதையும் செய்திகளில் கவனித்திருப்பீர்கள்.

அதே சிவக்குமாரோ அல்லது அஜித்குமாரோ, அவர்களுடன் சிறிது நேரம் பேசிக்கொண்டிருந்துவிட்டு கிளம்புகையில் 'உங்களுடன் ஒரு செல்பி எடுத்துக் கொள்ளலாமா' என்று கேட்பவர்களுக்கு மறுப்பு சொல்வார்களா?

அதுதான் கவனிக்க வேண்டிய விஷயம். நாம் விவாதித்துக் கொண்டிருக்கும் 'ஸ்மால் டாக்' நேரத்திலே பெரியபேச்சு என்பது, சந்தர்ப்பத்தைப் பயன்படுத்தி செல்பி எடுத்துக்கொள்வது போன்றதுதான்.

தற்செயலாக கொஞ்ச நேரத்திற்கு, 'ஃபார்மல்' ஆக சிலரை சந்திக்கும் நிர்ப்பந்தம் ஏற்படுகிறது. அந்த வாய்ப்பைக் கையில் எடுத்துக் கொண்டு நெருக்கமாக பேசுவதும், குறிப்பான கேள்விகள் விவரங்கள் ஆலோசனைகள் கேட்பதும், எரிச்சலைத் தான் உருவாக்கும்.

சுவற்றில் அடிக்கும் ஆணி எப்படி வடிவமைக்கப்பட்டிருக்கிறது? மற்ற பகுதிகளை விட ஆணியின் முன் பகுதி கூராக இருக்கிற தல்லவா? ஏன் அவ்விதமாக வடிவமைக்கப்படுகிறது? அப்படியிருந்தால்தான் ஆணி சுவற்றுக்குள் புகும். முனை, தட்டையாக ஆணியின் மற்ற பகுதிகளைப் போலவே கனமாக

இருந்தால் ஆணியை சுவற்றுனுள் செலுத்த இயலுமா? குண்டூசியின் வடிவமைப்பும் அப்படிப்பட்டதுத்தானே!

நீண்ட உறவில், நீண்ட உரையாடலில், தொடக்கம் ஆணியின் முனை போல குறுக்களவில் குறைவாக இருக்க வேண்டும். அதுதான் உரையாடல் தொடங்க, தொடர உதவும்.

சிறிய அளவிலான நாசுக்கான பேச்சுக்கள்தான் தொடக்கத்தில் அடுத்தவர் மனதிற்குள் போக வழி செய்யும். போகப்போக பரிச்சயம் அதிகமான பின், அனுமதியுடன் பெரிய பேச்சுக்கள், மேலதிக விவரங்கள் கேட்கலாம்; சொல்லலாம்;பேசலாம்.

விருந்துகளில் மட்டுமல்ல. நிறுவனங்களில், வாடிக்கையாளர்களுடன், மேலதிகாரிகளுடன், ஊழியர்களுடன் அல்லது பலவிதமான அதிகம் அறிமுகம் இல்லாவர்கள் இருக்கும் 'மீட்டிங்'குகளில் என்று பல இடங்களிலும் தொடக்கத்தில் 'சிறிய பேச்சுகள்' தான் செய்யவேண்டும்.

எல்லா நேரங்களிலும் பேச்சுக்கள் மிக விவரமாய், நீண்டதாக அமைய வேண்டியதில்லை. சிறியதாய் தொடங்கி, நிறுத்தி, கவனித்து, இடைவெளி விட்டு, பின்பு வேறு சமயங்களில் மேலதிக விபரங்கள் கேட்க, கொடுக்கப்பட்டால், பேச்சு வெற்றி பெறுவது உறுதி.

➤➤➤

நீண்ட உறவில், நீண்ட உரையாடலில்,
தொடக்கம் ஆணியின் முனை போல
குறுக்களவில் குறைவாக இருக்க வேண்டும்.
அதுதான் உரையாடல் தொடங்க,
தொடர உதவும்.

36

சொல்வது கேட்கிறதா?

ஒரு நாள் காலை நடைப்பயிற்சியின் போது எதிர்ப்பக்கம் வந்து கொண்டிருந்த நாற்பது வயது மதிக்கத்தக்க நபர் என்னைக் கடந்தபோது, 'என்ன சார்! ஸ்டாக் மார்க்கெட் இன்னும் மேல போகுமா?' என்று கேட்டார். எனக்கு அவரைத் தெரியாது. அறிமுகமில்லை. மாஸ்க் அணிந்திருந்தபோதும் என்னை அடையாளம் கண்டு கேட்கிறாரே என்று நினைத்து நின்று அதற்கு பதில் சொன்னேன். அடுத்து, 'ஜொமேட்டோ பங்குகளுக்கு ஏன் சந்தை இவ்வளவு விலை தருகிறது!' என்று கேட்டுவிட்டு சத்தமாக சிரித்தார். எனக்கு தொடர்ந்து நடக்கவேண்டும். அதனால், 'வருகிறீர்களா? நடந்துகொண்டே பேசுவோம்' என்றேன். உடனே திரும்பி என்னுடன் நடக்க ஆரம்பித்தார்.

பெயர் கேட்டேன். சொன்னார். மேலும் அவர் ஒரு பெரிய தகவல் தொழில்நுட்ப நிறுவனத்தின் பெயரைச் சொல்லி, அதில் ஒரு உயர் பொறுப்பு பதவி வகிப்பது குறித்தும் சொன்னார். அடுத்து, சொந்தமாக வீடு வாங்குவது நல்லதுதானா என்று கேட்டார். ஆம் என்றேன். தொடர்ந்து அதுதான் சரி என்று சொல்லி, அதற்கான ஆதாரங்களை அடுக்கிக் கொண்டே போனார்.

அடுத்து, அமெரிக்க பங்குச்சந்தை குறித்து பேசினார். அமெரிக்கர்கள் செய்கிற முதலீட்டு முறை, அவர்களுடைய தேவைகள், அவர்கள் செய்யும் செய்யும் தவறுகள் பற்றிச் சொன்னார். மேலும், ஸ்டீவ்

ஜாப்ஸ் மறைவுக்குப் பின்னும் ஆப்பிள் கம்ப்யூட்டர் நிறுவனம் எவ்வாறு நடக்கிறது, ஆப்பிள் நிறுவனத்திற்கும் மைக்ரோசாஃப்ட் நிறுவனங்களுக்குமிடையே இருக்கும் வேறுபாடுகள், அமசான் நிறுவனம் எப்படி படுபயங்கரமாக வளர்ந்துகொண்டிருக்கிறது என்பன குறித்தெல்லாம் விளக்கினார். இடைவெளி கொடுக்காமல் அடுத்து அடுத்து என்று வெவ்வேறு தலைப்புகளுகளை எடுத்துக்கொண்டார்.

நான் கேட்டுக்கொண்டே வந்தேன். அடுத்து, அமெரிக்க நிறுவனங்களின் தலைமை நிர்வாகிகள் குறித்த அவரது அபிப்பிராயங்களை சொல்ல ஆரம்பித்தார். அவரை சந்திப்பதற்கு முன்பே இரண்டு சுற்றுகள் நடந்திருந்த எனக்கு, அன்றைய நடைக்கானதூரம் முடிந்துவிட்டிருந்தது. ஆனாலும், இங்கிதம் கருதி அவருடனான உரையாடலை தடைப்படுத்த வேண்டாமென அவர் பேசுவதைக் கேட்டபடி தொடர்ந்து நடந்தேன்.

அந்தவிதமாக மேலும் ஒரு சுற்று முடிந்தது. இனி அவர் ஏதும் நினைத்துக்கொண்டாலும் பரவாயில்லை என்று கை கடிகாரத்தைப் பார்த்தபடி, ‘நான் வாக்கிங் முடித்துவிட்டேன். கிளம்புகிறேன்’ என்று சொல்லிவிட்டு என் காரை நோக்கி நடந்தேன்.

அடுத்த நாள் நடைப்பயிற்சியின் போது அவர் சற்று தூரத்தில் தென்பட, நிமிர்ந்து பார்க்காமலே நடந்தேன். அருகில் வந்ததும் ஒரு ‘ஹாய்’ மட்டும் சொல்லிவிட்டு வேகமாக கடந்து போய்விட்டேன். அன்று அவரோடு நடக்கவில்லை.

ஆம். சரியாகச் சொல்வதென்றால், அவருடன் நடப்பதை தவிர்த்து விட்டேன். வேண்டுமென்றே தவிர்த்துவிட்டேன் என்பதை உணர்ந்ததும் எனக்குள் ஒரு ‘உள் விசாரனை’ தொடங்கியது.

ஏன் அவருடன் நடப்பதைத் தவிர்த்தேன்? என்ற கேள்வியை எனக்கு நானே கேட்டுக்கொண்டு பதில் தேடினேன். பெரிதாக யோசித் தெல்லாம் அவருடன் நடப்பதைத் தவிர்க்கவில்லை. அவர் தென்பட்ட சில விநாடிகளில் எடுக்கப்பட்ட முடிவுதான் அது என்று தெரியவந்தது.

அடுத்து, ‘அது எப்படி அவ்வளவு துரிதமாக ஒரு முடிவெடுக்க முடியும்?’ என்ற கேள்வி எழும்பியது. அவ்வளவு உடனடியாக முடிவெடுப்பது உள்ளுண்ர்வுகளின் காரணமாகதான் என்பது என்.எல்.பி. பயின்றிருக்கும் எனக்குத் தெரியும்.

அவர் தொந்திரவு ஏதும் செய்யவில்லை. செய்ய முடியாத உதவி எதுவும் கேட்டு வலியுறுத்தவில்லை. அவமானம் ஒன்றும் செய்ய வில்லை. இருந்தும் ஏன் என் உள்ளுணர்வு அவரைத் தவிர்க்கச் சொல்லியது என்ற கேள்வி பெரிதானது.

அறிமுகமான முதல் சந்திப்பிலேயே அவர் அதிகம் பேசியதா? அல்லது விடாமல் தொடர்ந்து அவரே பேசிக்கொண்டிருந்தா? அல்லது, பல பெரிய மனிதர்கள் குறித்து தடாலடியாக அபிப்பிராயங்கள் சொன்னதா? காரணம் இவற்றில் ஏதோ ஒன்றாகவோ அல்லது எல்லாம் சேர்ந்துமாகவோ இருக்கலாம். ஆனால், ஒரே நாளில் அவர் மீது ஆர்வம் குறைந்துபோகும்விதம் அவர் நடந்துகொண்டிருக்கிறார் என்பது மட்டும் உறுதி.

உரையாடல் என்பது ஒருவர் செய்யும் சொற்பொழிவு அல்ல, இருவர் பேசுவது. குறைந்தபட்சம் இருவரின் இணக்கத்துடன் நடக்க வேண்டியது. அவர் முதல்நாள் செய்தது கிட்டத்தட்ட ஒரு சொற்பொழிவு போலதான்.

உரையாடலும் ஒரு கலை. சிலருக்கு நன்கு பேச வராது. தயங்குவார்கள். எனவே அவர்கள் ‘நல்ல உரையாடல் மனிதர்கள் அல்ல’ எனும் அர்த்தத்தில் அவர்களை Not a good conversationalist என்பார்கள். வேறு சிலரோ நேர் எதிர். பேச்சை நிறுத்துவதே இல்லை. மேலே பார்த்த நபரைப் போல. உடன் இருப்போருக்கு, வருவோருக்கு பேச இடங்கொடுக்கமாட்டார்கள். அவர்களே தொடர்ந்து பேசுவார்கள். அடுத்தடுத்த விஷயங்கள் குறித்து, ஏதோ முக்கியமான அவசரமான ......வாக்குமூலம் கொடுப்பதுபோல கொட்டுவார்கள்.

சுவாரஸ்யமாக பேசுகிறவர்களை பலருக்கும் பிடிக்கும்தானே என்று கேட்கலாம். நிச்சயமாக. அதில் மாற்றுக் கருத்து இல்லை. ஆனால், அது மேடையில் இருந்து பேசுவதற்கும். நாம் விரும்பிக் கேட்கும் மனிதர்களுக்கும் மட்டும்தான் பொருந்தும். எல்லா இடங்களிலும் எல்லோருக்கும் அல்ல.

இருவர், மூவர் மட்டும் இருக்கும் இடங்களில், மற்றும் சிறு குழுக்களில், அதிலும் குறிப்பாக அறிமுகம் இல்லாதவர்கள் இருக்கும் இடங்களில், யாரோ ஒருவர் மட்டுமே- அவர் எவ்வளவு விவரம் தெரிந்தவராக இருந்தாலும் – அவர் மட்டுமே பேசிக் கொண்டிருத்தல் விரும்பப்படும் என்று சொல்ல முடியாது.

மேலும் பேசுவது மட்டும்தான் சிறந்த கலை என்றோ அல்லது விரும்பபடும் என்றோ சிலர் நினைத்துக்கொண்டிருக்கிறார்கள். அதே அளவு அல்லது சற்று கூடுதலாகக்குகூட 'நல்ல கேட்பாளர்கள்' மதிக்க, விரும்பப்படுகிறார்கள் என்பது பலரும் உணராரது. ஆம். எண்ணிக்கையில் குறைவாக இருப்பதால் மட்டுமல்ல. பலரும் பேச விரும்புவதால் 'நன்கு கேட்பவர்களுக்கு' எங்குமே வரவேற்பு உண்டு. அப்படிப்பட்டவர்களுடன் இருக்க, பயணிக்க, உரையாட பலருக்கும் பிடிக்கும்.

சில ஆண்டுகளுக்கு முன்பு எங்களுடன் ஒரு 30 வயது மதிக்கத் தக்க, சொந்த நிறுவனம் நடத்தும் தொழிலதிபர் ஒருவரும் நடப்பதுண்டு. மும்பையில் நிறுவனம் நடத்தும் அவருக்கு சென்னையில் மாமனார் வீடு. சென்னை வரும் நேரம் எங்களோடு நடக்கும் அவரது மாமனாருடன் வருவார், நடப்பார். இவரும் 'பெரும் பேச்சாளர்' வகையைச் சேர்ந்தவர்தான். கட்டுரையின் தொடக்கத்தில் பார்த்தவரைப் போன்றவர். ஒரு வித்தியாசம், இவரை எங்கள் குழுவினருக்குத் தெரியும். அறிமுகம் இருப்பவர். மனிதர் நடக்கும் போது அவரது பேச்சின் மூலம் தனது அறிவை காட்டிக்கொண்டே இருப்பார். சலிக்கவே மாட்டார். 'மாஸ்டர் ஆஃப் ஆல் சப்ஜெக்ட்ஸ்' போல யார் எதைச் சொன்னாலும் மறுத்து அவர் பேச ஆரம்பித்துவிடுவார்.

ஒரு நாள் நான் தனியாக நடக்கும்போது அவர் வர, இருவர் மட்டுமாக நடக்கவேண்டி வந்தது. 'மனுஷன் பேச ஆரம்பித்து விடுவவார். இன்று வசமாக மாட்டினோம்' என்று மனதில் ஓடிய எண்ணத்தை நிறுத்தி, எதனாலோ 'இன்று இவர் சொல்வதை முழு ஆர்வத்துடன் கேட்பது' என்று முடிவு செய்துகொண்டேன். முயன்றால் முடியாததும் உண்டா என்ன? நம்மால் எவ்வளவு முடிகிறது என்று அன்றைக்கு என்னை நானே சோதித்துக்கொள்ள முடிவு செய்தேன்.

அவர் பேச, நான், 'உம்' கொட்டிக் கொண்டே நடந்தேன். அவர் சொல்லியவற்றை எதிர்ப்பின்றி மனதில் வாங்கினேன். இடையிடையே மிகச்சிறிய மேல் விவரங்கள் கேட்டேன். அன்றும் வழக்கத்தைக் காட்டிலும் இரண்டு சுற்றுகள் அதிகமாகிவிட்டது. ஆயினும் அவர் ஆர்வம் குறையவில்லை. 'வாங்களேன் ஹோட்டலில் ஒரு காப்பி சாப்பிட்டுக்கொண்டே பேசுவோம்' என்று அழைத்தார். போனோம். அங்கேயும் அவர் மட்டுமே பேசினார்.

மறுநாள் காலை வழக்கம் போல நடக்கப்போனேன். அவர் எனக்கு முன்பாகவே வந்துவிட்டார் போல. வேறு சிலருடன் நடந்து கொண்டிருந்தார். நான் அவர்களுக்கு பின்னால் நான்கு ஐந்து அடி தள்ளி நடந்துகொண்டிருந்தேன். அவர்தான் பேசிக்கொண்டிருந்தார். பேச்சின் இடையில் என் பெயர் அடிபடுவது காதில் விழுந்தது. கூர்ந்து கேட்டேன். 'வள்ளியப்பன் சாரோட நேற்று நடந்தேன். அவர் நன்கு பேசினார். நிறைய விஷயம் தெரிந்தவர்' என்று சொல்லிக் கொண்டிருந்தார்.

எனக்கு வியப்பான வியப்பு. நானா? பேசினேனா? நேற்று அவர் மட்டும்தானே பேசினார். இருந்தாலும் என்னுடன் 'உரையாடி'யதைப் போன்ற திருப்தி அவருக்கு கிடைத்திருக்கிறது என்று புரிந்தது. திருப்திக்கு காரணம், நான் 'கேட்ட' விதமாகத்தான் இருக்க வேண்டும் என்றும் புரிந்துகொண்டேன். அவரை முழுமையாகப் பேச விட்டதுடன் அவர் பேச்சை ஆர்வத்துடன் கவனித்தது அவருக்கு நன்கு உரையாடிய உணர்வைக் கொடுத்திருக்கிறது.

ஒருவர் பேசும் போது அதை அக்கறையாக கேட்பதை பேசுபவர் மனது அவருக்குத் தரப்படும் மரியாதையாக எடுத்துக்கொள்கிறது. அதனால்தான் மகிழ்ச்சி, திருப்தி போன்றவை கிடைக்கின்றன என்பது என்னுள் மீண்டும் ஒருமுறை உறுதியானது.

என்ன நானே பேசிக்கொண்டிருக்கிறேன் என்று நினைக்கிறீர்களா? இது கட்டுரை சார்! நான் சொல்வது உங்களுக்கு கேட்கிறதுதானே!

►►►

உரையாடல் என்பது ஒருவர் செய்யும் சொற்பொழிவு அல்ல. இருவர் பேசுவது. குறைந்தபட்சம் இருவரின் இணக்கத்துடன் நடக்கவேண்டியது.

37

தெரிந்ததுதான் தெரியும்

இயக்குநர், நடிகர் பாக்யராஜ் சிகப்பு ரோஜாக்கள் திரைப்படத்தில் நடித்திருக்கிறார். படம் வெளியான சமயத்தில் படத்தைப் பார்த்தவர்களில் நானும் ஒருவன். படத்தில் அவர் வரும் ஓட்டல் காட்சிகளை நான் தவறவிடவில்லை. பார்த்தேன். ஆனால் அது பாக்யராஜ் என்று எனக்கு அப்போது தெரியவில்லை.

எனக்கு மட்டுமில்லை. படம் பார்த்த மிகப்பெரும்பாலான வர்களுக்கும் அந்த சமயம் தெரிந்திருக்காது. காரணம், அப்போது பாக்யராஜ் பிரபலமில்லை. பாரதிராஜாவிடம் ஒரு உதவி இயக்குநர். கமல் ஸ்ரீதேவியைத்தான் ரசிகர்களுக்கு, பார்வையாளர்களுத் தெரியும். திரைப்படத்துறையில் இருந்த சிலரைத் தவிர மற்றவர்களுக்கு பாக்யராஜ் பெயரோ முகமோ தெரியாது.

பல ஆண்டுகளுக்குப்பிறகு, தொலைக்காட்சியில் அதே படத்தைப் பார்க்கிறபோது, அந்த சர்வர் வேடத்தில் வருவது பாக்யராஜ் என்று தெரிகிறது.

படம், அதே படம். மாற்றமில்லை. பார்த்ததும் பார்பதும் அதே நான்தான். அதிலும் மாற்றம் இல்லை. ஆனால் முன்பு தெரிய வில்லை. இப்போது தெரிகிறது. அது ஏன்?

அறிமுகமான ஒருவரைப் பற்றிய விவரங்கள் மனதில் இருப்பதால், அவரை சட்டென அடையாளம் காணமுடிகிறது. ஆனால் முன்பின்

தெரியாதவர் கண்ணில் பட்டாலும், மனதிற்கு அடையாளப் படுத்திக்கொள்ள முடியாததால், தெரியவில்லை.

சரி. இதன் மூலம் சொல்ல வருவது என்ன?

சிலருடைய செயல்பாடுகள் சரியில்லை என்று நமக்குத் தோன்றுகிறது. நமக்குப் பிடிக்கவில்லை. கோபம் வருகிறது.

அவர்கள் தெரிந்து செய்கிறார்கள் என்று சொல்ல முடியாது. தெரியாமல் செய்யலாம். நான் இப்படி சில செயல்கள் செய்திருக்கிறேன். பின்னால் அவற்றைப் பற்றி உணர்ந்திருக்கிறேன்.

உதாரணத்திற்கு. ஒன்றிரெண்டை மட்டும் சொல்லுகிறேன். திருச்சி பெல் நிறுவனத்தில் பணியாற்றியபோது, ஊரகத்தில் அமைந் திருக்கும் மனமகிழ் மன்றத்திற்கு நிர்வாக தரப்பு செயற்குழு உறுப்பினராக 1990 களில் நான்கு ஆண்டுகள் செயல்பட்டேன். அப்போது முனைந்து இலக்கிய வட்டம் என்று ஒரு அமைப்பை உருவாக்கி, பலரையும் அழைத்து பேச வைத்தேன்.

எழுத்தாளர்கள் சுஜாதா, பாலகுமாரன், மேலாண்மை பொன்னுசாமி, கந்தர்வன் கவிக்கோ அப்துல்ரகுமான், கல்கி பத்திரிக்கையின் ஆசிரியை திருமதி சீதாரவி, பா ராகவன் என்று பலரையும் அழைத்து வந்திருக்கிறேன்.

அவர்களில் ஒருவரும் என்னிடம் பேச வருவதற்கு என்ன தொகை தருவீர்கள் என்று கேட்டதில்லை. நானும் என்ன தொகை தரவேண்டும் என்று கேட்டதில்லை. மேலும் நான் எங்கள் அரசு நிறுவன விதிகளுக்குக்கு உடபட்டு கொடுத்த சிறியதொகைகளை அவர்களிடம் எந்த சங்கோஜமும் இன்றிக் கொடுத்திருக்கிறேன்.

இப்போது ஒரு பேச்சாளனாக பல இடங்களுக்கும் போகும் போதுதான் அவர்களுடைய அன்றைய நிலையை உணர்கிறேன். அவர்களுக்கு நான் மேலும் பல வசதிகள் செய்து கொடுத்திருக்க வேண்டும் என்று தெரிகிறது.

இப்போது தெரிகிறது. அப்போது தெரியவில்லை. ஆக, அனுபவம் இல்லாததில் தவறுகள் நேரும். சமீபத்தில் தனியார் கல்லூரி ஒன்றில் இருந்து அழைப்பு வந்தது. 'புதிய மாணவர்கள் சேரும் நாளை 'ஃபிரஷர்ஸ் டே' என்று கொண்டாடுகிறோம். சிறப்பு விருந்தினராக வந்து மாணவர்களுக்குத் தேவையான செய்திகள் சொல்லவேண்டும்' என்றார்கள்.

சென்றேன். அவர்கள் செய்து தந்த வசதிகள், நடத்திய விதம் எதுவும் சரியில்லை.

ஆனால் எனக்குத் தெரிந்தது, அவர்களுக்குத் தெரியவில்லை என்று. தெரிந்து செய்தால்தானே தவறு. விட்டுவிட்டேன். வேறு என்ன செய்ய! மகிழ்ச்சியாக வாழ, மன்னிக்கத் தெரியவேண்டும். அதற்குச் சரியான புரிதல் அவசியம்.

➤➤➤

மகிழ்ச்சியாக வாழ,
மன்னிக்கத் தெரியவேண்டும்.
அதற்குச் சரியான புரிதல் அவசியம்.

38

எச்சரிக்கைகள் குறித்தொரு எச்சரிக்கை

ரயில் பயணங்களின்போது சிலர் மயக்க பிஸ்கெட் போன்றவற்றைக் கொடுத்து சக பயணிகளின் நகை, பணம் போன்றவற்றைத் திருடி விடுகிறார்கள் என்பது இப்போது பலருக்கும் தெரியவந்துவிட்ட தகவல். இப்படியெல்லாம் செய்கிறார்கள் என்பது தெரியவந்து விட்டதால், இனி அறிமுகமில்லாதவர்கள் ஏதாவது கொடுத்தால் பலரும் வாங்க மாட்டார்கள். எச்சரிக்கையுடன் இருப்பார்கள்.

'உங்கள் வங்கிக் கணக்கில் குறிப்பிட்ட பிரச்னை இருக்கிறது. கணக்கை முடக்கி விடுவோம். அதை தவிர்க்கவேண்டும் என்றால், உடனடியாக உங்கள் கைபேசிக்கு வரும் 'ஓடிபி' யை என்னிடம் பகிருங்கள்' என்று எவரேனும் கேட்டால் அல்லது எஸ்.எம்.எஸ். தகவல் அனுப்பினால் இப்போது எல்லோரும் அந்த வலையில் மாட்டுவதில்லை. தவிர்த்துவிடுகிறார்கள்.

இப்படி ஏமாற்றுகிறார்கள் என்கிற தகவல் , வாட்ஸப், முகநூல், யுடியூப் போன்ற சமூக ஊடகங்களில் மூலம், அவர்கள் கேட்பதைக் கொடுத்தால், தன் கணக்கில் இருக்கும் பணம் பறி போய்விடும், அது ஏமாற்று வேலை என்பது பெரும்பாலானமக்களுக்குத் தெரிய

வந்துவிட்டது. தெரிந்துகொண்டவர்கள் எச்சரிக்கையாக நடந்து கொள்கிறார்கள்.

உடற்பயிற்சி நன்மை செய்யும். அது அவசியம். அதே சமயம் மிக அதிக நேரம் மற்றும் மிகக்கடுமையான உடற் பயிற்சிகள் செய்தால் அது ஆபத்தில் போய் முடிந்துவிடும் என்பது பலருக்கும் தெரியாத மட்டுமல்ல நம்பமுடியாத செய்தி.

உடம்பில் இருக்கும் அவரவர் 'மூடிய கை அளவு' உள்ள சின்ன இதயத்தால் குறிபிட்ட அளவிற்கு மே வேகமாகத் துடிக்க, 'பம்ப்' செய்ய இயலாது என்பது பலரும் யோசிக்காதது. எவ்வளவுக்கு எவ்வளவு அதிகமாக உடற்பயிற்சி செய்கிறோமோ, கடுமையான பயிற்சிகள் செய்கிறோமோ அவ்வளவுக்கு அவ்வளவு நல்லது என்பதுதான் பொதுபுத்தியில் ஏற்றப்பட்டிருக்கிறது.

கன்னட சூப்பர் ஸ்டார் ராஜ்குமார் அவர்களின் கடைசி மகன் புனீத் ராஜ்குமார் இறந்துவிட்டார், அவருக்கு வயது 46தான் என்ற செய்தி வந்தபோது மக்கள் அதிர்ந்தார்கள். அவர் இறப்புக்கு காரணம், அவர் அதிகமாக செய்த உடற்பயிற்சிகள் என்று மருத்துவர்கள் சொன்ன போது அதைவிடக் கூடுதலாகத் திகைத்தார்கள்.

அதன்பின் அந்த செய்தி தெரியவந்தவர்களில் பலர் அவர்களது உடற்பயிற்சியை ஓரளவில் நிறுத்திக்கொள்வார்கள். காரணம், அதனால் ஏற்பட்ட இறப்பு கொடுத்திருக்கும் எச்சரிக்கை.

இப்படியெல்லாம் நடக்கிறது என்று தெரியவந்ததும் அதிலிருந்து பாடம் கற்றுக்கொண்டு அதை தவிர்த்துவிடுவது மக்களின் இயல்பு. அதன் பிறகு அதுபோன்ற சந்தர்ப்பங்களின் போது, வேறு சிலருக்கு நேர்ந்த ஆபத்துகளை மனதில்கொண்டு தவிர்த்து விடுவார்கள். வேறு புதிய ஆபத்துக்களை மாட்டுவார்கள் என்றாலும், எச்சரிக்கை கிடைத்த விதங்களில் ஏமாற மாட்டார்கள்.

இப்படியாக மற்றவர்களுக்கு நடப்பதைப் பார்த்து, தெரிந்து ஜாக்கிரதையாக நடந்துகொண்டு தப்பிப்பது ஒருமுறை என்றால், எனக்கு முதல் முறையாக நடக்கும் ஒரு சிக்கலை வைத்து அதைச் சரியாக சமாளித்து, ஏன் அப்படி என்று புரிந்துகொண்டு, அதன்பிறகு அப்படிப்பட்ட விஷயங்களில் எச்சரிக்கையாக நடந்துகொள்வது மற்றொரு முறை.

சிலருக்கு நடந்தால் படியேறினால் மூச்சு வாங்கும். அவையெல்லாம் மாரடைப்பு ஏற்படுவதற்காக லேசான அறிகுறிகள். உடனடியாக மருத்துவ உதவி பெற்று, தப்பித்து விடுவார்கள். அதன் பின் உணவு கட்டுப்பாடு, மருந்து மாத்திரைகள், எடுத்துக் கொள்வார்கள். மன உளைச்சல் அழுத்தம் தராத வாழ்க்கை முறைக்கு மாறி, அதிக காலம் வாழ்வார்கள். எச்சரிக்கையை சரியாக மதித்து நடப்பதால் பெறும் பலம். பெரும் பலன்.

ஆனால், சிலருக்கு முன் எச்சரிக்கை கிடைக்காது. புனீத் ராஜ் குமாருக்கு ஏற்பட்டது போல, நடிகர் விவேக்கிற்கு ஏற்பட்டது போல முதல் முறையே மாரடைப்பு மிகக்கடுமையானதாக இருக்கும். ஆளைக் கொன்றுவிடும்.

முன்பு பார்த்த ரயிலில் மயக்க பிஸ்கட் போன்றவற்றை அது குறித்த விவரங்கள் தெரியாத போது எச்சரிக்கையாக இல்லாத போது அவர்களுடைய நிலை என்ன.

பரிதாபத்துக்குரியயதுதான் அவர்கள் சந்தித்த பெரும் இழப்பு அவருடைய தோல்வி நட்டம் இறப்பு இழப்பு என்ன மற்றவர் களுக்கு பாடம் எச்சரிக்கை கிடைக்காதவர்கள் துரதிர்ஷ்டசாலிகள்.

எச்சரிக்கை கிடைத்தம் அலட்சியமாக இருந்தவர்கள் கவனமாக இருக்க தவறியவர்கள்?

எச்சரிக்கைகள் பெரும் உதவி என்பது சரிதான். ஆனால் அவற்றைப் புரிந்து கொள்கிறவர்களுக்கும், செயல்படுத்துகிறவர்களுக்கு மட்டுமே.

உடல் ஆரோக்கியம், உறவுகள், பண விஷயங்கள், மாணவர்களுக்கு ஆசிரியர்கள் தெரிவிப்பது, வேலை செய்யும் இடங்களில் மேலதிகாரிகளின் பீட்பேக், வாடிக்கையாளர்கள் தெரிவிக்கும் வருத்தங்கள் என எல்லோருக்குமே சிறியதாகவோ பெரியதாகவோ சமிஞ்சைகள் - சிக்னல்கள்- கிடைக்கத்தான் செய்கிறது.

ஆனால் சமிஞ்சை கிடைக்கப்பெறும் எல்லோரும் அவற்றை கவனிப்பது இல்லை. கவனிப்பவர்கள் அனைவரும் அதற்கு முக்கியத்துவம் கொடுப்பதில்லை.

பின்னால் வருந்திப் பலன் இல்லை.

சமிஞ்சை மிகக்குறைவாக இருந்தாலும் முனைந்து அறிந்துகொண்டு தக்க நடவடிக்கைகள் எடுப்பது புத்திசாலித்தனம்.

➤➤➤

மற்றவர்களுக்கு நடப்பதைப் பார்த்து,
ஜாக்கிரதையாக நடந்துகொண்டு தப்பிப்பது
ஒருமுறை என்றால், தனக்கு முதல்
முறையாக நடக்கும் ஒரு சிக்கலை வைத்து
அதைச் சரியாக சமாளித்து, அதன்பிறகு
அப்படிப்பட்ட விஷயங்களில்
எச்சரிக்கையாக நடந்துகொள்வது
மற்றொரு முறை.

39

சொல்லாததையும் செய்

நெய்வேலியில் பள்ளி மாணவ - மாணவியருக்கான கருத்தரங்கு. சாக்லேட் சாப்பிடுங்கள் என்பது எனக்கு கொடுக்கப்பட்ட தலைப்பு. ஊக்கம் பெற தேவையானவற்றைப் பற்றிப் பேசினேன்.

இடையில் சொன்னேன், 'What ever human mind can conceive and believe, it can achieve என்றார் நெப்போலியன் ஹில்' சொல்லிவிட்டு நிறுத்தினேன். அடுத்து அதையே தமிழில், 'எந்த ஒன்றை மனித மனம் கற்பனை செய்துபார்த்து, அது சாத்தியம் என்று நம்புகிறதோ, அதைக் கண்டிப்பாக அடையமுடியும் என்கிறார் நெப்போலியன் ஹில்' என்றும் சொன்னேன். சொல்லிவிட்டுக் கொஞ்ச நேரம் அமைதியாக இருந்தேன்.

பிறகு, 'யாரால் நான் சொன்னதைத் திருப்பிச் சொல்ல முடியும்?' என்று கேட்டேன். சிலர் கை தூக்கினார்கள். சிலர் கை தூக்கவில்லை. ஆனால் அவர்களாக சொல்லிப்பார்த்துக் கொண்டார்கள்.

கை தூக்கியவர்களில் சிலரை எழுப்பிச் சொல்லச் சொன்னேன். அவர்களால் அரை குறையாகவே சொல்ல முடிந்தது. எவரும் முழுமையாகவோ சரியாகவோ சொல்லவில்லை. முன்வரிசையில் அமர்ந்திருந்த ஒரு மாணவி அப்போதுதான் ஏதோ நினைத்து கொண்டவர் போல கையைத் தூக்கினார். சொல்லச் சொன்னதும், மிகச் சரியாகவே சொன்னார்.

சொன்னதையும் செய்யவேண்டும்.
சொல்லாதவற்றையும் செய்யவேண்டும்.
தேவையானது எல்லாவற்றையும் எல்லா
நேரமும் எல்லோரும் சொல்லிக்
கொண்டிருக்க மாட்டார்கள்.

எல்லோரும் கைத்தட்டினோம் அப்போது வேறுபக்கத்தில் அமர்ந்திருந்த ஒரு மாணவி, 'அவுங்க நோட்டைப் பார்த்து சொன்னாங்க' என்றார்கள்.

ஆமாம்! சரியாகச் சொன்ன மாணவி, கையிலிருந்த நோட்டுப் புத்தகத்தைப் பார்த்துத்தான் சொன்னார்கள். நானும் அதைக் கவனித்ததாக ஒப்புக்கொண்டேன். 'நோட்டைப் பார்த்துத்தான் சொன்னார்கள். அவர்களுக்காக கை தட்டிவிட்டோமே! சரி வேறு என்ன செய்யலாம்?' என்று கேட்டேன்.

மௌனம். பின் சலசலப்பு.

நான் சொன்னேன், 'அதே மாணவிக்காக இன்னொரு முறை பலமாகக் கைதட்டலாம்.'

அவர்கள் இதை எதிர்பார்க்கவில்லை. ஆச்சரியப்பட்டார்கள். பார்ர்த்துச் சொன்னவருக்குப் பாராட்டா!

பாராட்டுக்குக் காரணம் என்ன சொல்லியிருப்பேன் என்று நீங்கள் ஊகித்திருக்கலாம்.

அந்த மாணவி சொல்லாததையும் செய்தார். நோட்டுப் புத்தகத்தில் எழுதிக்கொள்ளுங்கள் என்று நான் சொல்லவில்லை. அதனால் அந்த அரங்கத்தில் இருந்த பலரும் அந்த வேலையைச் செய்யவில்லை.

எவரும் சொல்லாமல் தானாகவே அந்த வேலையைச் செய்த மாணவியால் அந்தக் கூட்டத்தில் பல நூறு பேரால் செய்ய முடியாததைச் செய்ய முடிந்தது. பாராட்டுப் பெற முடிந்தது.

அதைவிட முக்கியமாக, சொல்லப்பட்ட கருத்து மறந்து போகாமல் இருக்குமாறு உறுதி செய்துகொள்ள முடிந்தது.

எழுதிக்கொள்ளுங்கள் என்று நான் குறிப்பிட்டுச் சொல்லாதது போலவே, எவரையும் எழுதிக்கொள்ள வேண்டாம் என்றும் சொல்லவில்லையே! ஏன் மற்றவர்கள் எழுதிக் கொள்ளவில்லை?

அவர்களுக்குத் தோன்றவில்லை என்று சொல்லலாம். தவறுதானே. இழப்புதானே. முயற்சி எடுத்து வந்திருக்கிறோம். சொல்லப் படுகிறது. ரசிக்கிறோம். உண்மைதான் என்று நம்பு கிறோம். பயன்படும் என்றும் நினைக்கிறோம். நோட்டுப் புத்தகமும் இருக்கிறது. ஆனாலும் எழுதிக்கொள்ளவில்லை.

கூச்சமாக இருக்கிறது என்று சொல்லலாம். இதில் என்ன கூச்சம்! தவறா செய்கிறோம்?

எழுத வலித்தது என்று சொல்லமாட்டார்கள். ஆனால் சிலருடைய காரணம் அதுவாக இருக்கலாம். இதுதானே சிரமம் கொடுக்கும் சோம்பல்!

நினைவு இருக்கும் என்று நினைத்தேன் என்று சொல்லலாம். ஆனால் நினைவில் இல்லையே. சொல்ல முடியவில்லையே!

அரங்குகளில் கல்விக்கூடங்களில் மட்டுமில்லை; எழுதிக் கொள்ளுவதில் மட்டுமில்லை; சொன்னதையும் செய்யவேண்டும். சொல்லாதவற்றையும் செய்யவேண்டும். தேவையானது எல்லா வற்றையும் எல்லா நேரமும் எல்லோரும் சொல்லிக் கொண்டிருக்க மாட்டார்கள்.

வெற்றி பெறுபவர்களுக்கும் தவறவிடுபவர்களுக்குமான இடைவெளி பல சமயங்களில் நூலிழை அளவுதான் என்று சொல்லக் கேள்விப்பட்டிருக்கலாம். அந்த நூலிழை இடை வெளிகள் இப்படிப்பட்டவைதான்.

•••

ஆசிரியரின் நூல்கள்

சுயமுன்னேற்றம்

1. இட்லியாக இருங்கள் - எமோஷனல் இன்டெலிஜென்ஸ்
2. எமோஷனல் இண்டெலிஜென்ஸ் 2.0
3. ரசவாதம்: ஏதிலும் பெரும் வெற்றி (NLP பற்றி)
4. தடையேதுமில்லை (சுயமுன்னேற்றக் கட்டுரைகள்)
5. உஷார் உள்ளே பார் (மனமும் சக்தியும்)
6. ஆல் தி பெஸ்ட் ! (நீங்கள் விரும்பும் வேலையை வென்றெடுப்பது எப்படி?)
7. தள்ளு (மோட்டிவேஷன்)
8. சின்னத் தூண்டில் பெரிய மீன்
9. சிறு துளி பெரும் பணம்
10. டீன் தரிகிட (பதின் பருவம்)
11. சொல்லாததையும் செய்!
12. மனதோடு ஒரு சிட்டிங்
13. இவ்வளவுதானா நீ?
14. முன்னேற்றம் இந்தப் பக்கம்
15. எல்லோரும் வல்லவரே
16. காதலில் இருந்து திருமணம் வரை
17. சிக்கனம் சேமிப்பு முதலீடு
18. நல்லதாக நாலு வார்த்தை
19. திட்டமிடுவோம் வெற்றிபெறுவோம்
20. அதிகாரம் அல்ல, அன்பு
21. உடல் மனம் புத்தி
22. யார் நீ?
23. You vs You: *Everything you need to know about Emotional Intelligence*

பங்குச்சந்தை

1. அள்ள அள்ளப் பணம் 1 - பங்குச்சந்தை: அடிப்படைகள்
2. அள்ள அள்ளப் பணம் 2 - பங்குச்சந்தை: அனாலிசிஸ்
3. அள்ள அள்ளப் பணம் 3 - பங்குச்சந்தை: ஃபியூச்சர்ஸ் அண்ட் ஆப்ஷன்ஸ்
4. அள்ள அள்ளப் பணம் 4 - பங்குச்சந்தை: போர்ட்ஃபோலியோ முதலீடுகள்
5. அள்ள அள்ளப் பணம் 5 - பங்குச்சந்தை: டிரேடிங்
6. அள்ள அள்ளப் பணம் 6 - மியூச்சுவல் ஃபண்ட்
6. அள்ள அள்ளப் பணம் 7 - தங்கம்
7. அள்ள அள்ளப் பணம் 8 - இன்சூரன்ஸ்
8. அள்ள அள்ளப் பணம் 9 - கடன்
9. ஷேர் மார்க்கெட் சீக்ரெட்ஸ்
10. பங்கு சந்தை என்றால் என்ன
11. Bulls and Bears - *All about Shares*
12. ஷேர் பசார் சீக்ரெட்ஸ் (ஹிந்தி)

வியாபாரம்

1. நம்பர் 1 சேல்ஸ்மேன் (சிறந்த விற்பனையாளர் ஆவது எப்படி?)
2. பணமே ஓடி வா
3. தொட்டதெல்லாம் பொன்னாகும்
4. பணம், சில ரகசியங்கள்
5. பணம் சந்தேகங்கள் விளக்கங்கள்
6. நேர்மையாக சம்பாதிக்க இவ்வளவு வழிகளா!

7. எந்தத் தொழிலிலும் ஜெயிக்கலாம்

நிர்வாகம்

1. ஆளப்பிறந்தவர் நீங்கள் (தலைமைப் பண்புகள்)
2. காலம் உங்கள் காலடியில் (நேர நிர்வாகம்)
4. உலகம் உன் வசம் (கம்யூனிகேஷன்)
5. உறுதி மட்டுமே வேண்டும் (கமிட்மெண்ட்)
6. உறவுகள் மேம்பட (*Secrets of Managing People*)
7. சிறந்த நிர்வாகி ஆவது எப்படி?
8. மேனேஜ்மெண்ட் குரு கம்பன்
9. வீட்டுக் கணக்கு
10. நேரத்தை உரமாக்கு (காலம் உங்கள் காலடியில் - 2)

பொருளாதாரம்

1. நாட்டுக் கணக்கு
2. நாட்டுக்கணக்கு - 2
3. அதிர்ந்த இந்தியா
4. அவசரம்- உடனடியாக செய்யவேண்டிய சமூக பொருளாதார மாற்றங்கள்

மாணவர்களுக்கு

1. மன அழுத்தம் விரட்டலாமா
2. இந்தமுறை நீதான்
3. நீங்கள் அசாதாரணமானவர்
4. You are Extraordinary
5. திட்டமிடுவோம் வெற்றிபெறுவோம்

மற்றவை

1. எங்குமிருப்பவர் (சாய் சரிதம்)
2. கே பாலசந்தர்- வேலை டிராமா சினிமா
3. நல்ல மனம் வாழ்க
4. மகிழ்ச்சியாக வாழுங்கள்
5. அப்பா, மகன் - நெருக்கமும் நெருடல்களும்

புதினம்

1. நெஞ்சமெல்லாம் நீ
2. பட்டாம்பூச்சிகளின் கண்ணாமூச்சி காலம்
3. ஜெமினி சர்க்கிள்

www.ingramcontent.com/pod-product-compliance
Lightning Source LLC
LaVergne TN
LVHW040747051026
849519LV00007BA/2474
* 9 7 8 9 3 9 0 9 5 8 7 4 0 *